भूमिकन्या

आनंद यादव

मेहता पब्लिशिंग हाऊस

- *या पुस्तकातील लेखकाची मते, घटना, वर्णने ही त्या लेखकाची असून त्याच्याशी प्रकाशक सहमत असतीलच असे नाही.*

BHUMIKANYA by ANAND YADAV

भूमिकन्या / कथासंग्रह

© स्वाती आनंद यादव
५ 'भूमी', कलानगर, धनकवडी, पुणे-सातारा रोड, पुणे – ४११०४३.

प्रकाशक : सुनील अनिल मेहता, मेहता पब्लिशिंग हाऊस,
१९४१, सदाशिव पेठ, माडीवाले कॉलनी, पुणे - ४११०३०.

मुखपृष्ठ : चंद्रमोहन कुलकर्णी

प्रकाशनकाल : जानेवारी, २००१ / ऑक्टोबर, २००४ / फेब्रुवारी, २००९ /
पुनर्मुद्रण : डिसेंबर, २०१४

ISBN for Printed Book 81-7766-045-4

ISBN for E-Book 978-81-8498-600-6

दारिद्र्य, प्रतिकूल परिस्थिती आणि
पुरुषप्रधान जीवनशैली यांच्याकडून होणारे
आजन्म शोषण सोस सोस सोसणाऱ्या
भारतीय स्त्रीच्या करुणार्द्र आणि कष्टमय जन्मास
समर्पण

आनंद यादव

अनुक्रम

'वाकळ' या कथेस 'सारिका'चा 'भारतीय सर्व भाषांतील कथास्पर्धा' या स्पर्धेत १९८६ सालामध्ये दुसऱ्या क्रमांकाचा पुरस्कार मिळाला. या स्पर्धेसाठी त्यावेळी विविध भाषांमधून दोन हजारांहून जास्त कथा 'हिंदीत भाषांतरित'होऊन आल्या होत्या. 'वाकळ' ही कथा स्पर्धेसाठी हिंदीमध्ये 'गुदडी' या नावाने प्रसिद्ध झाली होती.

आदिजन्मातली माणसं

शांता माझी चुलत बहीण. माझ्यापेक्षा दहाएक वर्षांनी मोठी आहे. तिच्या एकुलत्या एका मुलीचं नाव लक्ष्मी. तीही लग्न होऊन गेलेली. शेजारच्याच गावी दिलेली. शेजारचं गाव म्हणजे पाटेगाव. पाटेगावाजवळच शांताचं वडनेर्ली हे गाव. वेळप्रसंगी मुलगीला सांगावा धाडला की लगेच यावी, म्हणून या शेजारच्या गावी घरोबा केलेला. शांताला सख्खा भाऊ नाही नि आता आई-वडीलही नाहीत. म्हणून आमच्या घराशी जीव लावून आहे. तिला दुसरा माहेरवास नाही. तिला एकटं एकटं वाटू लागलं की ती मधून मधून आमच्या घरी येते. आम्हीही लळा लावून आहोत.

तिच्या आई-वडिलांची वडिलोपार्जित जी पडीक जागा आहे ती आमच्या घराशेजारी तशीच पडून आहे. शांता म्हणते, "तुम्हीच तिच्यावर आता घर बांधून राहा. किती केलंसा तरी माझं भाऊच हाईसा. तुमचा येलइस्तार वाढला म्हंजे बाऽचाच येलइस्तार वाढल्यागत हाय. नुसतं कवा तरी येऊन माझी गाठ घेत चला. भण म्हणून भाऊबीजंला येत चला. वाटलंच तर ववाळणी घालत चला, न्हाईतर चार घास खाऊन, वल्ला हात करून जात चला." तिचं एवढंच मागणं असतं. पाचएक वर्षांपूर्वी ती विधवा झालेली आहे.

माझे दोन्ही भाऊ गावात शेती करतात. मी नोकरीच्या निमित्तानं लांब शहरगावात अडकलो आहे. माझ्या दोन्ही भावांना शांता अधनंमधनं भेटत असली तरी तिची-माझी भेट क्वचित होते. चार-चार वर्षं भेट होत नाही. गावाकडं वरचेवर येत असलो तरी प्रत्येक वेळी शांता आमच्या गावाकडं आलेली असेलच असं नाही. शांताच्या गावी मला जाता येईलच असंही नाही. गावात माझा मुक्काम एक-दोन दिवस असतो आणि तिथनं उठून शांताच्या गावी जायला जीव नाही म्हटलं तरी, कंटाळतो.

शांताचं गाव आमच्या गावापासनं सातएक मैलांवर आहे. देशाला स्वातंत्र्य मिळून कितीतरी वर्षं झाली, अनेक पंचवार्षिक योजना, ग्रामविकास योजना, रस्ते-विकास योजना आल्या, तरी शांताच्या गावाला जायला ती एक जुनाट, सनातन गाडीवाट आहे; तीच आजही आहे. अजून तिच्यात काहीही बदल झाला नाही.

आमच्या गावात तसा खूप बदल झाला. सोसायट्या आल्या, दूधडेअरी आली, हायस्कूलपर्यंतची शाळा आली. सुधारलेल्या शेतीबरोबर शेतीची नवी अवजारं आली, नवी बियाणं आली, त्यांच्याबरोबर नवी नवी दुकानं आली. वीज, रेडिओ आले. माझ्यासारखी गावची तरुण पोरं शिकून शहरगावात नोकरीला गेली. त्यांनी गावात शहरगावचे अनेक नखरे आणले, काळे चष्मे, पँटा, मानेपर्यंत वाढलेले केस, बूट, ट्रान्झिस्टर्स, कॅसेट, टी. व्ही., भडक रंगाचे कपडे आणि बरंच काहीबाही आणलं. त्यामुळं गावात कसं लोकशाही स्वातंत्र्य आल्यागत वाटतं. सुधारणा झाल्यागत वाटतात. गाव सुधारून आधुनिक झाल्यागत वाटतं.

पण शांताचं गाव इथनं नुसतं सात मैलांवर असूनही त्याला यांतल्या कशाचाही स्पर्श नाही. माळामुरडीनं ओढे, नाले यातनं गेल्यावर मग डोंगरांच्या वेड्यावाकड्या दोन रांगा लागतात. त्या दोन वेळेला चढून आणि उतरून खबदाडीत गेलं की शांताचं गाव लागतं. पुढं मग आणखी रानं पसरलेली आहेत. थोडं माळरानही पसरलेलं आहे.

कशीबशी बैलगाडी तेवढी या गावाला जाऊ शकते. पण तिचाही भरवसा नसतो. पुष्कळ वेळा तिच्या गावाला जाताना मला नेहमीचा अनुभव असतो एखाद्या खड्ड्यात एखादी बैलगाडी वर चाकं करून निवांत पडलेली असते. चबढब, खडकाळ वाटेनं जाताना खडकांचे दणके खाऊन तिचा कणातरी मोडलेला असतो किंवा दांडी तरी मोडलेली असते. नाहीतर ती उलटलेली तरी असते.

सवय नसल्यामुळं आता सात मैल चालत जायचं आणि सात मैल पुन्हा परत चालत चालत यायचं जिवावर येतं. म्हणून मी शांताच्या गावाला जायचंच झालं तर बरोबर सोबतीला असावी म्हणून एक धट्टीकट्टी सायकल घेतो आणि शांताच्या गावी प्रवासाला निघतो. हा प्रवास कमी धोक्याचा असतो. ओढ्याच्या वाळूत सायकल स्लीप झाली तरी फारसं लागत नाही. पुन्हा बसता येतं. उतार आला की आपसुक सायकल जाऊ लागते. चढ आला की उतरता येतं. चुकून पान्दीतल्या एखाद्या काट्यानं चाकात प्रवेश केला तरी सायकल हातात धरून चालता येतं. अशी ही शांताच्या गावची वाट असल्यामुळं तिच्या गावी जायचं म्हणजे जिवावर येतं.

पण तिचा माझ्यावर जीव आहे. आपला भाऊ शिकून 'सायेब' झाला आहे, याचा तिला अभिमान आहे. तिच्या गावी जाऊन मी तिला भेटावं, तिला भाऊबीज घालावी, तिचा पाहुणचार घ्यावा, असा तिचा बहिणीच्या नात्यानं हट्ट असतो. अधनंमधनं तो पुरा करावा लागतो. तिच्या स्त्री-मनाला मग उदंड वाटतं.

तिच्या या हट्टामुळंच चार वर्षांनी तिच्या गावी जायला निघालो. भाऊबीजेच्या आदल्या दिवशी दुपारी निघालो नि दीस बुडता बुडता जाऊन पोचलो. सायकलीनं दगा दिला नाही. त्यामुळं प्रवास तसा कमी दगदगीचा झाला.

गाव पूर्वी होतं तसंच दिसत होतं. तांबड्या मातीच्या कच्च्या विटांची घरं, मेसकाठ्यांचे नाहीतर कळकाठ्यांचे वासे, त्यावर पळकाठ्यांची पांजराणं आणि त्यावर साध्या हातानं मढवलेल्या खापऱ्या. घर नवं जरी बांधलं तरी त्याची रीत हीच. दोनच वर्षांत ते कच्च्या मातीच्या ढिगाच्या गुहेसारखं होऊन जायचं. मग जन्मभर त्याची डागडुजी, पावसाच्या माऱ्यानं ढासळलेल्या भिंतीना लिंपणं, त्यांना उसाच्या पाल्याचे, नाहीतर कडब्याचे झाप तयार करून झाकणं, असं चाललेलं असे. शांताचं घर असंच होतं. दारात कुठलं तरी एक जंगली झाड होतं. कधीचं होतं कुणास ठाऊक. मी या गावाला येत असल्यापासनं ते पाहात होतो, तेव्हा जसं होतं, तसंच आताही. त्याच्याखाली शांतानं आपला एकुलता एक बैल बांधलेला. नुसती हाडं शिल्लक राहिलेली. कशासाठी ठेवला होता काही कळत नव्हतं. त्याच्या अंगावर सूपभर काळसर माशा बसलेल्या. तरीही तो शेपूट वर करून त्यांना हुसकवत नव्हता, की डोळे उघडून कोण आलं ते बघत नव्हता. भोवतीनं पातळ शेणाची हुदल झालेली. पुढ्यात गवताच्या काड्या पडलेल्या. त्यातलं काही पायात गेलेलं. ते सगळं भोवतीनं घेऊन तो बैल बसलेला. मरणाची वाट बघत बसल्यागत वाटत होता.

पंधरासोळा वर्षांची लक्ष्मी दारात भांडी घासत बसली होती. काळ्या मिचकुट झालेल्या पाण्यातच भांडी पुन्हा पुन्हा धूत होती. माझी सायकल तिनं बघितली नि त्या काळ्या पाण्यातच हात बुचकळून ती आत पळाली.

शांता चुलीपुढं होती तशीच बाहेर आली. राखी रंगाचं जुनेर अंगावर. गुडघ्यांच्या वर असलेलं. कासोट्यानं कमरेभोवती गच्च बसलेलं. मांड्यांचा अर्धाअधिक भाग उघडा. डोईवरचे बिनतेलाचे झिपरे केस जुनेराच्या भगदाडातनं बाहेर आलेले. चेहरा उन्हानं रापलेला, जळकेपणाचं टेपण त्वचेवर आलेलं. पायाच्या पोटऱ्यांना जन्मभर झुडपं, गवतं, पिकांची धाटं, तुरकाठ्या ओरबाडून त्या सरड्याच्या अंगागत चरबरीत दिसत होत्या. बाभळीच्या फांद्यासारखे दिसणारे हात तिनं दारात आल्यावर कमरेवर ठेवले नि तोंड भरून मला म्हणाली,

"ये! कवासं निघालातास? मला वाटलं येतोस का न्हाई, कुणाला ठावं?"

"न येऊन कसं चालंल? चार वरसं झाली की आता."

"येतो येतो म्हणून चार वरसं आला न्हाईस, तसंच आवंदाबी करतोस का काय की, असं वाटलं."

"न्हाई." मी सायकल वळचणीला लावू लागलो.

"शायकल आतच घे. शेजारपाजारची बारकी पोरं तिला हात लावतील."

"लावला तर लावू देत. काय धाड भरत न्हाई तिला."

"नगं बाबा. पोरं कसली इदरकल्ल्याणी हाईत ती. एवढी निर्मळ दर्पणागत

शायकल उगंच घाण करून टाकतील.''

मी सायकल आत घरात घेतली. गावच्या पोरांना सायकलीचं अजूनही कौतुक होतं याचं आश्चर्य वाटलं. मी सायकल लावली नि शांतानं तिच्यावर दोन मोकळी पोती पसरून टाकली.

''झाकतीस नि कशाला ती?''

''असू दे. कुणीबी येता जाता बघतंय.''

''बघेनात.'' सायकल साधीच होती. 'बघण्यासारखं' तिच्यात काहीही नव्हतं.

''नगं बाबा.. एखादा कुणी तरी चातुर यायचा नि जरा चालवून बघतो म्हणायचा!'' तिनं लाख मोलाचा अलंकार झाकून ठेवावा, तशी ती झाकली. मला गंमत वाटली...हातपाय धुवायला मी दारात गेलो. गावाची घरं माळावर छोट्या छोट्या टेकड्या असल्यागत दिसत होती. त्या टेकड्या पोखरून आत वारुळातल्या मुंग्यांगत माणसं राहताहेत, अशी काहीतरी कल्पना मनात चमकून गेली. तोंड धुऊन मी आत गेलो. सोप्याचा उंबरा ओलांडून आत जायला लागलो तर थाडदिशी चौकटीचं वरचं गंधवाल कपाळाला बडवलं नि माझ्या डोक्याला शेकडो मुंग्या चावल्यागत झिणझिण्या आल्या.

''वाकून ये की रं, वसंता, दारातनं येताना असा कसा ताठ मानंनं येतोस?''

दारातनं आत येताना मान वाकवूनच आत यायचं असतं, हा जुना रिवाज मी पार विसरून गेलो होतो. कपाळ चोळत मी माझ्या पिशवीतला टॉवेल काढला नि हातपाय पुसले. पुसता पुसता त्या दाराकडं बघितलं तर ते मला फारच लहान, देवळाच्या दिंडी दरवाजागत दिसू लागलं...घरच्या दारांनाही उंच लाकूड मिळत नाही. कसली ही माणसं. एस्किमो लोकांच्या घरागत ह्यांची घरं. कसा जन्म काढतात इथं, कुणास ठाऊक?... डोक्यातल्या झिणझिण्या अजून कमी होत नव्हत्या.

लक्ष्मी वाण्याच्या दुकानातली साखर नि चहाची पूड घेऊन झटक्यानं परत आली. शांतानं चुलीवर जुनाट डेचक्यात आधण ठेवलं नि ती चुलीला जाळ घालू लागली. मधे वाळली धाटं नि दोन्ही बाजूला दोन शेणकुटाची खांडं लावून तिनं जाळ केला होता. त्यातलं काय ओलसर होतं कुणास ठाऊक? सोपाभर धूर झाला होता.

त्या धुरातच सोप्याच्या दारापाशी घोंगडं आंथरलं होतं; तिथं मला बसावं लागलं.

एका बाजूला शेणकुटं रचून ठेवली होती. तिथंच धान्याची दोन-अडीच पोती एकमेकांवर तोंडं बांधून ठेवलेली. शांताच्या पाठीमागच्या बाजूला गाडग्यांच्या उतरंड्या. शांताच्या त्या तिजोऱ्या असत. कोणतीही वस्तू ती त्यातनं प्रसंग पडला की गाडगी उतरून, एखाद्या गाडग्यात भरलेल्या अंधारात हात घालून काढत होती. त्यातनं चहाची कपबशी तिनं अशीच काढली. हातभर पदरानं ती पुसली नि चुलीपुढं ठेवली.

...चार वर्षांपूर्वीचीच कपबशी. आता तिचा रंग पार बदलून गेला होता. मातकट

झालेला. बशीची कवची उडालेली. फार फार वर्षांपूर्वी धुतलेल्या काळ्याकुट्ट फडक्यानं तिनं चहा गाळला. ते फडकं तसंच भांड्यात ठेवलं. तीच पावडर पुन्हा पुन्हा उकळून चहा करायची तिची परंपरागत सवय अजून सुटली नव्हती. चहानं कप आणि बशी दोन्हीही तुडुंब भरली.

"घे च्या." तिनं कपबशी दोन्ही हातांनी उचलून माझ्यासमोर आणून ठेवली.

"एवढा कशाला? मी नुसता बशीतला चहा घेतो. लक्ष्मी, तू घे गं कप." गप बाजूला बसलेल्या लक्ष्मीला मी म्हणालो.. ती लाजून चूर झाली.

"नगं मला. मी च्या न्हाई पीत." तिनं तोंडाला पदर लावला नि मला म्हणाली...ह्यात लाजण्यासारखं काय होतं मला कळलं नाही. पण ती लाजली. पण तिचं लाजणं मला फार सुखावून गेलं. पाहुणचार पोटभर मिळाल्यागत वाटलं.

"मग शांता, तूच घे ह्यो कप."

"असू दे. घे आता. पळीच्या कानाएवढा कप त्यो. त्यो का जास्त हुतोय तुला?"

"नगं बाई, एवढा. जास्त हुतोय मला."

"सटी सा वर्सातनं कवा तरी येतोस. एवढ्यानं का माझं सरणार हाय? गप घे."

तिला वाटत होतं मी संकोचानं, तिच्या गरिबीकडं बघून कमी चहा घेतोय. जशी न्याहारी, जेवण पोटभर घ्यावं; तसा चहाही पोटभर घ्यावा, असा तिचा रिवाज... राखेसारखी चहाची चव. कदाचित धाटांच्या उडणाऱ्या राखेमुळं असेल किंवा चहाची पावडरच तशी असेल. मी तसाच डोळे मिटून आणि जिभेला लगाम घालून पाहुणचाराचं औषध घ्यावं तसा चहा घेऊन टाकला.

तासभर लक्ष्मीबरोबर गप्पा मारल्या. विचारलेल्या प्रश्नाला ती दोन-तीन शब्दांतच उत्तरं द्यायची नि गप बसायची. भरपूर भरपूर लाजायची. पुढं मला तिच्याशी काय बोलावं हेच कळेना. शांताशी गप्पा केल्या. तासाभरानं दोघीही रात्रीच्या स्वयंपाकाला बसल्या.

"आज शनवार हाय. देवळात जाऊन ये जा. तवर मी जेवणाचं बघतो." शांता म्हणाली. मलाही बरं वाटलं. त्या निमित्तानं त्या गुहेतनं बाहेर पडायला मिळणार होतं. मी उठलो.

कुठून कुणास ठाऊक; पण गावात मिणमिणती वीज आली होती. रस्त्यावरच्या कोपऱ्यांवर एखादा खांब दिसत होता. रोगट उजेडाचे बल्ब लावलेले होते. पण घराघरात रॉकेलच्या चिमण्याच जळताना दिसत होत्या. काही घरात अंधार तसाच भरून राहिलेला... वीज गावात आली; पण घरात आणायला रोख पैसा आणणार

कोठून? त्या गावात अजूनही पैसा नावाचं नाणं आलंच नसावं; असं घरं, माणसं बघून वाटत होतं. हातपाय लुकडे आणि जळल्यासारखे दिसणारी कोकणी वळणाची माणसं तोंड शिवल्यागत मुकाट दारात बसलेली दिसली होती. पुरुषांच्या ढुंगणात झुलणाऱ्या लंगोट्या, शेंबूड ओढणारी पोरं उघडी आणि नागडीच. थंडीचे दिवस होते; तरी त्यांना त्याचं काही वाटत नव्हतं. डुकरांसारखी इकडं तिकडं पळून काहीतरी खेळत होती. मारुतीचं देऊळ शांत होतं. त्याच्या पिंपळाच्या पारापाशी एक विजेचा दिवा जळत होता. तिथं माकडं बसल्यागत गुडघं मिठीत घेऊन माणसं बसलेली. चिलीम अधूनमधून फिरताना दिसत होती...तोंडाचं दिवसभराचं कडू घालवणारा धुराचा तेवढाच विरंगुळा...शेवटी तोंड अधिकच कडू कडू करणारा.

मी मुकाटपणे जाऊन मारुतीला नमस्कार करून रेंगाळत रेंगाळत परत आलो...गावात चार वर्षांपूर्वी होती तेवढीच लोकसंख्या असावीसं वाटलं. त्या गावात शांताला चार पोरं झाली. पण लक्ष्मी एकटीच जगली. शांताला दोन-दोन तीन-तीन वर्षांनी, कधी चार-चार वर्षांनी पोरं होत होती. झालेली पोरं आबाळीनं मरत होती. औषधपाणी, दूध-दुभतं, अंगडं-टोपडं, सकस आहार त्यांना कधी मिळत नव्हता. त्यातनं जगतील ती जगतील. अशी शांताची अवस्था...झालं ते बरंच झालं, असं वाटलं.

परत येऊन हातपाय धुऊन जेवायला बसलो. मिणमिणती चिमणी पालथ्या जुन्या शेराच्या मापावर ठेवून मला जेवायला वाढलं...कधीचा जुना शेर...चाळीस-पन्नास वर्षांपूर्वी व्यवहारातनं गेलेला. तरीही शांताच्या घरी तो वापरात होता. जुन्या जुन्या काळातनं एकटाच मागं राहिल्यासारखा वाटत होता...गावातल्या घराघरातला अंधार खंडीखंडीनं मोजता येईल.

पन्नास जागी चेपलेल्या ताटलीत तिनं मला वाढलं. तिची एक एक भाकरी तळहाताएवढी जाड आणि तवा भरून रुंद. त्या तीन भाकरी मोडून तिनं ताटलीत एका बाजूला रचलेल्या. मोठ्या वाडग्यात लालभडक दिसणारी तुरीची आमटी घातलेली. बाकीची सगळी ताटली भातानं जवळजवळ शिगार भरल्यासारखी झालेली. मला साधारणपणे ते तीनचार दिवस अन्न पुरलं असतं. सोबत ताकाचा परळ तिनं भरून ठेवला... ती काय काय करते हे शांतपणानं मी बघत बसलो.

सगळा सरंजाम माझ्यापुढं तिनं आणून ठेवला. "दुपारपासनं दमून दमून आलाईस. खा आता पॉट भरून." ती म्हणाली, प्वॉटभर पाहुणचार करण्याचा तिचा हा रिवाज जुना होता. दीसभर शेतात राबणाऱ्या कष्टाळू आणि काही काही कारणानं दुपारची भाकरी न मिळालेल्या पुरुषाची भूक एवढी असती. तिचा हिशोब बरोबर होता. मला ती त्यातलाच एक समजत होती.

मी शांतपणे म्हणालो, "दुसरी एखादी ताटली असली तर घे."

"ग ऽ प खा आता. भुक्यावून आला असशील. अनमान करू नगं. पोट धड तर सारी दुनिया धड. उपासपोटी निजायची ह्या घरात सवं न्हाई."

"तसं न्हाई शांता. माझं हे तीनचार दिवसांचं अन्न आहे. मी तुझ्या घरात जेवायला काय लाजत न्हाई. पर ह्यातलं चौथाई सुदीक मला जाणार न्हाई. शेरगावात न्हाऊन माझी भूक मेलीया." मी समजूत काढण्याचा प्रयत्न केला.

मग लक्ष्मीनंही आग्रह केला. पण मी दुसऱ्या मोकळ्या ताटलीचा आग्रह सोडला नाही. ताटली नव्हतीच. होत्या त्या मातीच्या दोन झाकण्या. मग त्यांतच भात नि भाकरी काढून ठेवली. हवं तेवढं ताटलीत ठेवून घेतलं.

"तुम्हीबी बसा आता माझ्यासंगं."

"न्हाई रं बाबा. कवा न्हाई ते बापय माणूस घरात आलाईस. ह्या घराचं नशीब फुटक्या गाडग्यागत हाय. तुझ्या हातावर आदी पाणी पडल्याबिगार आम्ही न्हाई जेवाय बसणार. तू घे जेऊन."

नाइलाजानं मला जेवायला बसावं लागलं. पहिला भाकरीचा तुकडा आमटीत बुडवून तोंडात घातला नि माझं तोंड पेटून उठल्यागत झालं...तोंडात वाटीभर मिरचीची भुकटी गेल्यागत लागलं...गच्च करून उचकी लागली. लागली नि उचकीनं सूरच धरला. पाणी प्यालो तरी थांबेना.

"शांता, मला जरा गूळ दे बाई."

"का रं? आमटी तिखाट लागती का काय?"

"आमटी तिखाट न्हाई; पर माझी तिखाट खायाची सवं मोडलीया." मी काहीतरी सबब सांगितली.

"काय रं वसंता हे तुझं शेरगावात जाऊन झालंय! एवढ्या नाजूकपणानं कसा काय जगायचा तू आता!"

मी काही बोललो नाही. तिनं दिलेला आंबूस गूळ तोंडी लावत, दिलेल्या ताकाबरोबर आमटी नि भात मी खाल्ला...अन्न ताटात टाकून देणं म्हणजे शांताचा जीव की प्राण टाकून दिल्यासारखं झालं असतं...पाण्याचा भरपूर वापर करून मी ताटातलं सगळं अन्न पोटात ढकललं...आमटी मात्र बरीचशी तशीच राहिली.

रात्रभर झोप लागलीच नाही. तिनं घराच्या मानानं माझ अंथरूण चांगलं केलं होतं. खाली घोंगडं टाकून त्यावर मऊ वाकळ टाकली होती. पांघरायला दुसरी एक वाकळ. दोघी मायलेकी एका बाजूला अशीच काही तरी कातरंबोतरं अंथरून पडल्या. तासाभरात बारीक घोरू लागल्या. त्यांना दगडागत झोप लागली. पण मला काहीतरी सारखं चावू लागलं. परड्याकडच्या न्हाणीघरात तिनं दोन-तीन कोंबड्या डालग्याखाली कोंडल्या होत्या. त्यांच्या अंगावरच्या उवालिखा सगळ्या घरभर पसरल्या असाव्यात, असा मला संशय आला. सारखी अंगाला खाज उठत होती.

मी नुसताच डोळे मिटून पडलो.

गावात शांतता मात्र प्रचंड जाणवत होती. कशाचाच भोवतीनं आवाज नाही. सगळं शांत शांत शांत, शांतच शांत. इतकी नीरव शांतता पृथ्वीच्या पाठीवर असू शकते, याचा मला- शहरवासीयाला शोध लागल्यासारखा झाला...शहरात सतत कसल्या ना कसल्या आवाजानं भरलेल्या वातावरणात झोपण्याची नि जगण्याची माझी सवय किती विपरीत आहे, याची तीव्र जाणीव झाली. शांततेचा आनंद घेत मी डोळे मिटून रात्रभर पडून राहिलो.

सकाळ.

भाऊबीजेचा दिवस.

उठल्या उठल्या शांतानं माझ्या हातात तांब्या दिला. ''ये जा, परसाकडंला जाऊन. जा तिकडं वरतीकडंच्या माळाला.''

मला कुठं जायचं ते माहीत होतं. पण सकाळी उठून पहिल्यांदा तोंड धुऊन चहा घ्यायची मला सवय जडलेली. चहा घेतल्यावरच परसाकडं जाण्याची भावना होई.

मी तिला सहज म्हणालो, ''मी आदूगर तोंड धुतो नि थोडासा च्या घेतो. मग परसाकडं जाऊन येतो.''

''हे काय नवीन व्हैक शिकलाईस? ये जा आदूगर परसाकडं जाऊन. निर्मळ मनानं च्या प्यावा.'' तिच्या ह्या बोलण्यानं पुढं काही बोलावंसं वाटेचना...आता अशा बोलण्यावर चहाही पिववणार नाही, असं वाटलं.

उठून तांब्या घेऊन गावाबाहेर बराच चालत गेलो. अजून सूर्य उगवायचा होता. डोंगरापलीकडची उगवती तांबडी लाल झालेली दिसत होती. सगळ्या माळभर बाभळीचे काळे खुंट उगवल्यागत माणसं तांबे घेऊन खुशाल बसलेली. कुणालाच कशाचं काही वाटत नव्हतं. इतकी ती नैसर्गिकपणे उघड्यावर फिरवायला आणलेल्या कुत्र्यासारखा विधी करत होती. पाळीव जनावरांची सहजता त्या विधीत होती.

खरं तर ऐन पंचविशीपर्यंत मीही असंच केलेलं. पण आता गेली वीस एक वर्षं त्याची सवय मोडल्यासारखी झाली होती. त्यामुळं संकोच वाटत होता.

जरा लांबच एका शिळेच्या आडोशाला जाऊन बसलो...गेली वीसभर वर्षं आपण घरातच, बंदिस्त जागेत विधी करतोय; हीच गोष्ट मुळी कृत्रिम आहे. उघड्यावरचा हा विधी, सूर्योदयापूर्वीची कोवळी हवा खात करताना किती बरं वाटतंय. मन प्रसन्न होऊन जातंय...तंबाखूच्या चिमटीची किंवा चहाच्या कपाची काही गरज वाटत नाही. पोट कसं आपोआप साफ झाल्यागत वाटतंय. एवढ्या-एवढ्याशा बंदिस्त जागेत बसून विधी करण्याइतका त्यात चोरटेपणा तो काय आहे; हा विधी किती स्वाभाविक आहे, प्राण्यांत तो असाच असतो, असा चमत्कारिक विचार मनात आला.

परत येईपर्यंत शांतानं जर्मलचं मोठं भुगोणं भरून पाणी तापवलं होतं. नुकताच पावसाळा सरून गेलेला. किंचित तांबूस वाटणारं नदीचं पाणी अगदी कडकडीत तापवलं होतं. मी शेणकुटाच्या खेंडाची भरपूर राखुंडी लावली. तोंड धुतलं नि आंघोळीला बसलो. विसण घालून मोठ्या दोन अडीच बादल्या पाणी तयार केलं होतं.

म्हटलं, ''तुम्ही जावा आता; मी आंघोळ करतो.''

''का? भाऊबीजंची आंघूळ हाय. तुझी भण मेली काय? कापडं काढ अंगावरची. लक्षे, तेलाची वाटी तापवून आण गं.'' शांताचं तापट प्रेम. ती आता साठीच्या घरात होती, पण माझ्यापेक्षा तरुण आणि टुणटुणीत वाटे.

लक्ष्मी तेलाची वाटी तापवायला आत गेली. मला नाइलाजानं केवळ एका चड्डीवर आंघोळीला बसावं लागलं. मधूनच शंका आली म्हणून लक्ष्मीला हाक घातली. ''तेल लई तापवू नगं गं लक्ष्मी. मला थंडच तेल बरं वाटतंय.''

लक्ष्मी कोमट तेल घेऊन आली नि माझ्या दोन्ही बाजूला दोघीजणी झाल्या. माझ्या हातांवर, पायांवर, डोक्यावर, पाठीवर तेल थापून मला असं रगडून काढू लागल्या की माझी सगळी हाडं आता मोडून निघतात की काय असं वाटू लागलं. शांतानं तर डोईवर फोडणीचा मोठा चमचाभर होईल इतकं तेल ओतलं नि दोन्ही हातांनी खसाखसा खसाखसा डोकं घासू लागली. मी गच्च डोळे मिटून घेऊन गप्प बसलो होतो. समजून सांगण्यात काही अर्थ नव्हता...काय व्हायचं ते होऊ दे; पुन्हा आता तीन-चार वर्षं ह्यातनं सुटका होणारच आहे. म्हणून सगळं सोसत होतो. डोकं घासून माझा घाम काढल्यावर शांता म्हणाली, ''वसंता, कायरं तुझ्या डुईचं क्यास गळत्यात हे! काय तरी औशीदपाणी बघ. माणसानं लई इच्चार करू ने. डुईवर एकबी क्योस ऱ्हाणार न्हाई अशानं.''

मी डोळे उघडून बघितलं, तर माझ्या डोक्याचे अर्धे अधिक केस उपटून शांताच्या दोन्ही हातांना चिकटले होते. पोटात खड्डा पडल्यागत झालं. नुसता 'हूं' म्हणून गंभीर चेहऱ्यानं गप्प बसून राहिलो. लक्ष्मीही माझ्या हातांना, पाठीला तेल चोळत होती...माझं सावलीला बसलेलं आणि त्यामुळं तुकतुकीत कांती असलेलं, नाजूक झालेलं, मऊसूत अंग कधी नव्हे ते दोघींच्या हाताला लागलेलं. त्याला जणू धट्टं-कट्टं पुरुषी करण्यासाठी त्या मायलेकी तेल घासत होत्या. जमतील तेवढे प्रेमळ करून खरखरीत हात फिरवीत होत्या. त्या ओबडधोबड, घसाघसा फिरणाऱ्या पण मनात मणभर जिव्हाळा असलेल्या हातातून मला दहा बहिणींची उदंड माया जाणवत होती. मी ते आडदांड प्रेम त्यामुळं सहन करत होतो...भडाभडा ओतलं जाणारं ऊन, कडकडीत पाणी सोसत होतो. एखाद्या जनावराला धुऊन काढावं तसं त्यांनी मला मीच आणलेल्या वासाच्या साबणानं धुऊन काढलं...एवढं धुऊन काढलंतरी अंगाचा तेलकटपणा पुरतेपणी काही गेला नाही.

घोंगड्याची चार पदरी घडी करून माझी भाऊबीजेची बैठक तयार केली. मी त्या बैठकीवर जाऊन बसत शांताला म्हणालो, ''शांता, आता पहिल्यांदा च्या. मग सगळं.''

''बरं.'' शांताच्याही लक्षात आलं की मला चहाची फारच तल्लफ आलेली आहे नि तास-दोन तास मी ती धकवून नेलेली आहे.

गप्पा मारत तिनं चहा तयार केला. तोवर लक्ष्मीनं जुनी निरांजनं बाहेर काढली. रेतीनं खसाखसा घासून चकचकीत केली. ओवाळणीची सगळी तयारी झाली. चहा घेत घेत मी ती बघत होतो.

गप्पा मारत मारत शांतानं निरांजनाचं ताट उचललं नि ती माझ्यासमोर आली. गप्पांच्या नादात मीही ती करत असलेले सगळे सोपस्कार स्वीकारत होतो.कुंकू लावलं. डोईवर अक्षता टाकल्या नि ओवाळू लागली.

मी इकडं-तिकडं बघितलं. विजारीच्या खिशात हात घातला. पैशाचं पाकीट जवळ नव्हतं. सगळाच जामानिमा माझ्या शबनम बॅगेत राहिलेला. शांतासाठी मी नऊवारी लुगडं आणलं होतं. लक्ष्मीसाठी चोळीचा खण आणला होता. घरून बरोबर थोडे लाडू आणलेले होते. थोडे पैसे ओवाळणीबरोबर घालायचे होते. सगळंच पिशवीत होतं...म्हटलं, आता प्रथम ओवाळून घ्यावं नि मगच सगळं काही द्यावं...घाईघाईनं असा विचार करण्यात माझं थोडं चुकलंच. फारच सुशिक्षितपणाचा तो विचार झाला होता.

शांता मला ओवाळू लागली. 'इडापिडा जाऊ दे, बळीचं राज येऊ दे.' असं पुटपुटू लागली. माझ्या डोळ्यांभोवतीनं निरांजनं फिरत होती. त्यांची धग मला लागत होती. चार-पाच वेळा निरांजनं फिरल्यावरही थांबेनात. ती नुसती फिरवतच राहिली. 'बळीचं राज' चालूच राहिलं. शांता ओवाळायचं थांबेना नि मला उठता येईना. ...शांताचं अखंड ओवाळणं सुरू.

शेवटी मीच मनाचा हिय्या केला नि म्हणालो, ''थांब थोडं. ववाळणीचं आणलंय ते पिसवीतच ऱ्हायलंय.'' म्हणून उठलो.

उठलो तरी शांताचं ओवाळणीच्या निरांजनाचं ताट हळूहळू हलतच राहिलं. पुटपुटणं खालच्या आवाजात चालूच राहिलं. त्यात खंड पाडणं, दोनदा ओवाळणं तिला कदाचित अशुभ वाटलं असावं; म्हणून तिनं अखंडता ठेवली होती.

मी ओवाळणी घातली. ते सगळं मोठ्या डोळ्यांची लक्ष्मी डोळे भरून बघत होती. शांता झटकन आत गेली. देवापुढं ताट ठेवून परत आली...तिचं मन समाधानानं भरून आलं होतं.

मग दिवाळीचं खायला बाहेर पडलं. फराळाच्या ताटलीत करंज्या टाकताना खडे पडल्यागत आवाज झाला. खारट सांडगे हा तिच्या दृष्टीनं दिवाळीचाच पदार्थ होता. तिनं चिरमुऱ्याला तिखटमीठ लावून चिवडा केला होता. बुंदीचे दहा-बारा

लाडूही वळण्याचा प्रयत्न केला होता. ताटात त्याच्या कळ्या घालत ती म्हणाली, ''गडबडीत लाडू वळंचनात. म्हणून तशाच कळ्या ठेवल्यात. खा आता.''

मी घराकडनं आणलेले लाडू तिच्या ताब्यात दिले. ''हे बघ कसं चिखलाच्या लाट्यावाणी काकूनं वळवल्यात. माझ्या हाताला जळली यारीच येत न्हाई!'' ती म्हणाली. सोप्यात बसून फराळाचं खाता खाता मी बाहेर बघत होतो. झाडाखाली बांधलेला बैल काल दीस बुडताना जसा बसला होता, तसाच बसलेला दिसला. तशाच माशा, शेणही ढुंगणाजवळच पडलेलं. ते टाकतानाही त्याला उठावंसं वाटलं नव्हतं.

''शांता, बैल अगदीच थकून पांजार झालाय.''

''म्हातारं झालंय ते आता. त्येच्यात आता काही दम न्हाई.''

''कशाला ठेवलाईस मग?''

''तर काय इकून टाकू? माझ्या दाल्ल्याच्या हातचा बैल हाय त्यो. घरादाराला तेवढाच बापय माणूस. त्येला इकला तर माझ्या दाल्ल्याला इकल्यागत हाय. मरू दे तिकडं खुट्याला. खाया; माळामुरडीची वैरण येतीया. तेवढीच खाईल नि कवा मान टेकायची तवा टेकंल.''...शांताचा हिशोब काही वेगळाच होता. त्याला धक्का लावू नये, असं वाटू लागलं. मी मुकाट झालो.

शांताच्या वरून टणक झालेल्या पण आत भरपूर सारण घातलेल्या गोडगोड करंज्या खाऊ लागलो. तसाच दारातनं बसलेल्या बैलापलीकडचं गाव पाहू लागलो...

माणसं, बायका नेहमीप्रमाणं नदीला जाऊन पाणी आणत होती. भाऊबीजेचा दिवस होता तरी नदीला आंघोळ करून, तिथंच अंगावरची धडोती धुऊन, त्यांचे पिळे खांद्यावर टाकून, भरलेल्या घागरी डोईवर, काखेत, खांद्यावर, हातात घेऊन परतत होती. तेवढ्या लांबून घरात पाणी आणून तापविण्यापेक्षा नदीवरच थंड पाण्यात आंघोळ करून 'भाऊबीज' साजरी करणं त्यांना परवडत होतं...सणाचा उत्साह कुणाच्या चेहऱ्यावर फारसा दिसत नव्हता. वनवासातल्या पांडवांनी दिवाळी साजरी करावी; तसं वाटलं. मन उदास होत गेलं. आपल्याच कुळीचं एक जिवंत रक्तमांस इथं अडकून पडलंय, याचं वाईट वाटलं.

तासाभरात मला परत निघणं जरूर होतं. मी नकळत विषय काढला.

''शांता, आता तुझा अर्धा जलम हितं गेला, काय हाय ह्या खेड्यात? सगळं आवरून, कुणाला तरी विकून टाकून गावाकडं चल आता. तिथं तात्याचं घर कुणी नसल्यामुळं नुसतं पडून गेलंय. त्येचीच डागडुजी कर नि ऱ्हा तिथं. आम्ही भाऊ तुझ्या मदतीला हायच. कुठंबी रोजगार करशील तर खाशील. भरपूर काम मिळंल तुला तिथं.''

''नगं बाबा. हातचं सोडून पळत्याच्या पाठी कुठं लागू? हाय तेच निर्मळ हाय.''

''पर हे गाव एकदम बकाल दिसतंय. काय सुधारणा न्हाई का बदल नाही.

राम-रावणाच्या येळंला जसं असंल तसंच आताबी दिसतंय. मानसं माकडासारखी नि घरं घुमटासारखी दिसत्यात हितली.''

''वसंता, त्यातच माझा जलम गेला. तू एक आता शेरगावाला जाऊन मायंदळ शिकलास नि हापिसर झालास. म्हणून तुझ्या मनात येईल तसं तुला वागायला येतंय. तसं आमचं कुठं हाय? सटवीनं जिथं रेघ मारून, गळ्यात काळं मणी बांधलं; ते वंगाळ कसं मानायचं? ज्या गावाचं दूध खायला मिळतंय; त्या गावाच्या शेणाला कसं नावं ठेवायचं? गावातली समदी माणसं हितं ऱ्हात्यात न्हवं? मग मलाच काय धाड भरती हितं? गाव घाण असलं तरी माणसं निर्मळ हाईत. गाणगोत होईत. त्यास्नी दूर करून कसं येऊ? कसंबी असलं तरी सोताचं घर हाय, पिकत नसलं तरी जाऊन बसायपुरतं सोताचं रान हाय. ह्यात मन गुतलंय, ते कसं उकलून काढायचं? मुळं रुजल्यात; ती कशी उपडून काढता येतील आता? झकास चाललंय माझं हितं!...कवा तरी येतोस तसा येत जा म्हंजे मला माह्यार भेटल्यागत हुतंय.''

शांताच्या मनातलं खोल पाणी तळातनं हलल्यागत झालं. लक्ष्मी आईच्या सावलीसारखी शांत बसली होती. मी येणार म्हणून ती माहेरला आली होती; पण फारशी काही बोललीच न्हाई. आपला मामा सायेब हाय; ह्यातच तिला एक धन्यता वाटत होती.

मामाला डोळं भरून बघण्यात तिला मुका आनंद मिळत होता.

मीही काही फारसा न बोलता लक्ष्मीसारखाच मुका झालो. लक्ष्मीच्या हातावर नको नको म्हणत असताना आणखी वीस रुपये ठेवले नि सायकल बाहेर काढली.

''येतो आता.''

''ये. फुडच्या दिवाळीला असाच ये. सांग सगळ्यांस्नी बरं हाय म्हणून.''

''बरं.'' मी सायकलीवर टांग टाकली. गावातनं एक कौतुक चालल्यागत पोरं सायकलीकडं बघू लागली. तसाच गावाबाहेर पडलो. पान्दीला लागलो.

पान्दीला लागता लागता पाठीमागं वळून गावाकडं एक नजर टाकली...मातीच्या घुती घातल्यागत तीच घरं. तोच जुनापुराना निर्मनुष्य माळ. तीच वाळली रानं. त्याच नदीकाठच्या हिरव्यागार मळ्या...एका बाजूला पडलेल्या माळरानावरच्या मोठमोठ्या, वेड्यावाकड्या काळ्याभोर शिळांकडं लक्ष गेलं...वाटलं, हजारो वर्षांपूर्वी जन्मलेल्या ह्या शिळा पुन्हा माणसांची रूपं घेऊन गावात वावरत आहेत. अजून या भागाचा आदिवास संपलेला नाही. त्याचा पाहुणचार घेऊन आपण बाहेर पडलो आहोत. नव्या सुधारलेल्या जगाकडं चाललो आहोत...ह्या गावाला विसरून, आपल्याच रक्तामांसांच्या पिंडांना इथंच सोडून, आपणालाच मागं ठेवून अत्याधुनिक होणाऱ्या एकविसाव्या शतकाकडं मला सुशिक्षिताला पाऊल ठेवायचं आहे.

◆

टवके उडालेला मोर

गल्लीतली सगळी घरं रस्त्याच्या कडेला दोऱ्यात ओवल्यासारखी एका माळेत वसलेली. पण हे घर जरा मागं सरकलेलं; आणि रस्त्याजवळ उरलेल्या जागेत पूर्वी बाग केलेली...गल्लीत घरासमोर आणि घराच्या आसपासही कुणाची बाग नव्हती. सगळी शेतकरी माणसं. काय थोडी व्यापारी. पोटाच्या पाठीमागं लागलेली. रात्री येऊन निवाऱ्याला पडणारी. त्या निवाऱ्यासाठी त्यांची घरं. पण हे घर रात्रंदिवस आपल्यात रमलेलं असे. भोवतीच्या बागेत विरंगुळा मिळवत असे.

पण आता ह्याला चैन पडत नाही. अंगावरच्या रंगांचे टवके उडून चालले आहेत. बागेतल्या कोपऱ्यात आता उकिरडा आहे. त्या उकिरड्यात साचणारं खत अलका-मां पावसाळ्याच्या टिपणाला विकते आणि आलेला पैसा पोटाला खाते...त्या उकिरड्याकडे घर भकास बघतं.

वर्षावर्षाला पूर्वी ह्या घराचा रंग बदलला होता. उरुसाच्या अगोदर पंधरा दिवस नेहमी नटायचं. कोल्हापूरच्या झकपक माणसांचं जाणं-येणं वाढायचं. कोपऱ्याच्या कपाटात ठेवून टाकलेली तबला-पेटी झणझणून उठायची. वीज नसल्यानं गॅसची बत्ती घरात लख्ख उजेड द्यायची. रस्त्यानं जाणाऱ्या माणसांना आत उजेडाचा उरूस चाललेला दिसायचा...एवढं होतं पण रस्ता ओलांडून आत जायची कुणा गल्लीतल्या माणसाची छाती नव्हती. त्या बागेतल्या झाडांचा अंतच कुणाला लागत नव्हता. चार-सहा झाडं. दोन पेरूची. एक कलमी आंब्याचं, आटोपशीर सैल फांद्यांचा सडपातळ शेवगा. सीताफळीचं एक नाजूक झाड. आणि ह्यांच्या सावलीत नांदणारी गुलाब, मोगरा, सदाफुलीची झाडं. सारखी फुलणारी. तांबड्या मातीवर फुलं आंथरणारी. भोवतीनं पालेदार हिरवी मेंदी. दिवाळी-उरुसात, श्रावणाच्या महिन्यात मुमताजचे गोरे गोरे हात-पाय रंगवणारी.

ह्या घराला एक वास होता. धुंद करत स्वप्नात सारखा सारखा येणारा. तो हातांना सापडायचा नाही. नाकाला आल्यासारखा वाटायचा आणि लगेच नाहीसा व्हायचा. उरूस-दिवाळीच्या दिसांत तर भोवतीची हवा ऊद-धुपाच्या वासानं कुंद

होऊन जायची. ...ह्या वासात मुमताज तरंगायची. पेरवीच्या झाडावर चढून नाजूक हातांनी पेरू तोडायची. तिथंच कोवळ्या फांदीच्या खेलात बसून गुलाबी गुलाबी खायची...आम्हा मुलांना तो खाता यायचा नाही. कित्येक वेळा पोपटांनी येऊन अर्धवट खाऊन टाकलेला असायचा. तांबड्या मातीत पडलेला तो रस्त्यावरून दिसायचा. पण त्या उष्ट्या पेरूलाही फाटक ओलांडून हात लावायला मिळायचं नाही...मिशावाले शिकारी दादासाहेब करड्या डोळ्यांची उघड-झाप करत खिडकीत बसलेले दिसायचे...पेरू मुमताजची वाट बघत तिष्ठायचा.

बारा-तेरा वर्षांची मुमताज. टरटरून वाढलेल्या केळीच्या कोक्यागत थोराड. एवढी वाढली होती, पण अंगावर मोठमोठ्या फुलांच्या डिझाईनचा झगाच. पुन्हा त्यात खांद्याच्या बगलेवर कापडांचीच तयार केलेली फुलं. मधेच गेंदासारखं लालेलाल बटन...कुर्रेबाज कबुतराच्या मादीसारखी झाडावर बसलेली दिसे. ...ती झाडावर बसली म्हणजे तिला रंगीत रंगीत पंख फुटावेत. ...आपणालाही पंख फुटावेत असे वाटे. आपण तिच्या घरातलं पांढरंशुभ्र मांजर व्हावं नि ती पेरू खात दारात बसली की तिच्या झग्याच्या ओट्यात बसावं. उभी राहिली की तिच्या भरलेल्या मऊ पिंढऱ्यांना अंग घासावं; असं वाटायचं.

...पिंढऱ्यांच्या वर उघडे असलेले गुडघे. त्यांच्या जराच वर जराजरा उघड्या होणाऱ्या, गुडघ्यांच्या वाटीवर डोकावणाऱ्या मांड्या...

"मुमताजच्या मांड्या देवळातल्या घोटीव खांबागत दिसत्यात, न्हाई रे?"

"आयला!"

"खांब कुरवाळताना जसं थंड वाटतंय; तशाच तिच्या मांड्या कुरवाळताना वाटंल; बघ."

...चालताना पिंढऱ्या हादरायच्या. डोळं पाखरागत उडत तिच्या पिंढऱ्यावर जाऊन आणि मुमताज घरात गेली की खोबणीत पेटून तळमळायचं...तिचा स्पर्श अंगावर कधी घेता येईल; असं होऊन जायचं.

ती बारा-तेरा वर्षांची झाली आणि तिच्या घरातला गडी आम्हाला खेळायला बोलवेना. पूर्वी सात-आठ दिवसांतनं एकदा तरी बोलवत होता. प्रत्येकाला पेरूची फोड मिळत होती. मग दडून-मडून खेळत होतो. मुमताज सगळ्यांची मालकीण. खेळताना ती दिसली तरी तिला कुणी शिवायचं नाही...तिच्यावर डाव आला की ती चिडत होती. शिवणाऱ्याबद्दल मांजवळ खोटी-नाटी तक्रार करत होती.

"मां, हा पवाराचा छोकरा माझ्या अंगावर धाडदिशी पडला. आणि मला त्यानं शिवी दिली." – मग मां त्याला रागवत होती...मग कोण तिला शिवणार?

"माऽ मुमताज खूप जोरात पळती, ती कुणालाच गावत नाही."

..."ती कुठं दडून बसती; कुणाला दखल?"

..."आपण तरी मुमताजबरोबर दडायला जाणार." असं मुमताजसमोर दुसऱ्याबरोबर मुलांचं बोलणं.

...मुमताजची बाग. बागेतलं पत्र्याचं छप्पर. त्यात रचून ठेवलेलं सामान. आणि त्या अडगळीत दडणं...

"मुमताज, मला फुड्यात घे."

"का रे?"

"राम्यावर डाव आल्यावर तो मलाच सारखा शिवतोय. तुझ्या आडाला दडल्यावर मला शिवणार नाही."

"चल तर. जलदी चल."...मुमताजच्या पुढ्यातलं दडणं. तिचे सुगंधी श्वास. थंऽऽड मन. उबदार मऊमऊ अंग. कपड्यांनाही सुगंध. कोणी तिकडं फिरकायचं नाही...सुख भोगून डाव संपला की मग उठणं.

जाता जाता वरल्या खिडकीत नजर जात होती. दादासाहेब बसलेले. जवळच अलका-मां, खिडकीत पानांचा स्वच्छ पितळी डबा...मांचं तोंड रंगलेलं. अंगावर छान छान पातळ. खिडकीला गडद हिरवा झुळझुळीत पडदा. रात्री फक्त पसरलेला. दिवसा गुपीत मनाशी धरून बाजूला सरून उभा असलेला. ...आत फोटो. झाडावर बसलेला कृष्ण. नदीत उभ्या राहून एका हातानं लाज झाकत लुगडी मागणाऱ्या गोपी. पलंगावर मोकळे केस सोडून झोपलेली उघडी बाई. कपाळावर रंगीत टिकली लावलेला रांगता बाळ कृष्ण. ...कुठल्या मुलखातून हे फोटो आणलेत? ...हा कृष्ण कुठे असतो, कोणत्या नदीवर खेळतो? आणि तसबिरी तरी किती मोठ्या. कदाचित हा कृष्ण आणि गोपी रात्री जिवंत होत असतील. ती थंडगार झाडीतील नदी वाहत असेल. दादासाहेब काय काम करतात; कुणास ठाऊक?...

दिवसभर ते घरीच बसत होते. कधी कधी संध्याकाळी दिवस उतरणीला लागला की बंदूक घेऊन शिकारीला बाहेर पडत होते.कधी आमच्या मळ्याकडच्या बाजूला येत. माळाकडेला फडं खूप होतं. ओढ्याच्या बाजूला तशीच झुडपं. ऊस आणि इतर पिकं गुडघ्याएवढी असली की त्यातनं ते फिरायचे...ओढ्याकडंला एखादा बार धाऽड करून उडायचा. एखादा चित्तूर किंवा ससा टिपला जायचा. गड्याजवळची खाकी पिशवी गच्च व्हायची. ...शिवाय आठवड्याला मटनाचा मोठा डबा घरात जायचा.

माझी आई शेणी घालायला गेली की ह्या घरात आतपर्यंत जायला मिळत होतं. स्वयंपाकघर मधल्या सोप्यात. त्याच्या आतल्या बाजूला न्हाणी आणि जळण ठेवायची जागा. आम्ही विकलेल्या शेणी आम्हीच एका खोपड्यात रचायचो. बाहेर मोजून टाकलेल्या शेणी मी आत न्यायचा नि आई आत रचायची.

...शेणी घालताना मां चौकटीच्या आतल्या बाजूला उभी राहून माप पाहत

होती. झुळझुळणारा दाराचा पडदा वाऱ्यानं बाजूला झाला की त्याच्या शेजारी असलेली गोरी पावलं भुईसपाट पातळ केवड्याच्या पानागत पडलेली दिसत होती. बोटांची रंगवलेली लालचुटूक नखं. त्यामुळं बोटांकडं नजर जात होती. भुईमुगाच्या कोवळ्या तीन दाणी शेंगेगत ती नाजूक गोरी दिसत होती. खरं तर मां चाळिशीच्या आसपास होत्या. तरी दोन वेण्या घालीत होत्या...सुटक्या. त्यांना लावलेलं वासाचं तेल भोवतीनं दरवळतेलं. गोऱ्या नाजूक हातात बारीक माटाची रंगीत रंगीत काकणं. मधेच सोन्याचे बिलवर चमकतेले...स्वप्नात बाई फिरल्यागत मां घरातनं फिरत होती. जाणा-येणाऱ्या माणसाला अधूनमधून दिसत होती...तेवढ्यावर धन्य होऊन माणसं जायची.

माणसं म्हणत होती की, मुमताज ही दादासाहेबांची मुलगी नाही. ती दुसऱ्या कुणाच्या तरी पोटची आहे. कारण दादासाहेबांनी हे घर अलका-मांसाठी बांधल्यावर ती इथं आली, तेव्हा मुमताज तिच्याबरोबर होती. शिवाय तिचा अंगलोट आईसारखाही नव्हता आणि दादासाहेबासारखाही नव्हता...मुमताजला आपला बाप कोण हे माहीत असेल काय? आरशात आपला चेहरा न्याहाळताना तिला काय वाटत असेल? तिच्या आपल्या बापाविषयी काय कल्पना आहेत कुणास ठाऊक? दादासाहेबांना ती 'साहेबजी' म्हणून हाक मारताना तिला कसं वाटत असेल? अलका-मानं लग्नच केलं नाही. दादासाहेब माचा नवरा म्हणून राहतात. दादासाहेबांनाही मुमताजविषयी काय वाटतंय कुणास ठाऊक? नायकिणीच्या घरात जेवताना त्यांना कसं वाटत असेल? ते मराठा समाजातले आहेत. तसं बघायला गेलं तर ही तीन घरची, तीन पोटची तीन माणसं...ही तीन एकत्र नांदताना ह्या घराला तरी काय वाटत असेल?

एक दिवस ह्या घरात पहाटेच गडबड उडाली. गैबीपिराचा उत्सव नुकताच संपला होता. घरात आठ-दहा दिवस लांब लांब झिरझिरीत अंगरखे घातलेली परगावची मंडळी येऊन गेली. तबला-बाज्यांची पेटी पाच-सहा दिवस घरात घुमली आणि ऊरूस मावळल्यावर दादासाहेब माडीवरच मरून पडले...त्यांच्या कपाटातल्या इंग्रजी दारूच्या बऱ्याच बाटल्या मोकळ्या झालेल्या दिसल्या.

कोल्हापुराहून त्यांच्या घरची मंडळी दुपारी चारच्या सुमारास मोटारीतून आली. बागेत गर्दी गर्दी उडाली. आम्हीही घुसलो...

अलका-मानं उरुसाच्या थोरल्या गलफा दिवशी बड्या सरकारांच्या वाड्यात गाणं म्हटलं होतं. तिचं वय़ लक्षात घेऊन आणि दादासाहेबांचं 'कूळ' म्हणून तिला नाच करायला दरबारात कुणी सांगितलं नाही...हा दरबार नाच-गाणं बघायला सगळ्यांना मुक्त असे; म्हणून मीही गेलो होतो. तेव्हा मुमताज नटून-सजून इतर नायकिणींच्या मेळाव्यात बसलेली दिसत होती. इनामदार घराण्यातली एक-दोन माणसं तिच्याकडं मान न हलवता डोळे वळवून, न्याहाळून बघत होती. ती कोण

आहेत हे मुमताजला ठाऊक नसावं. ती आपल्याच नादात मैत्रिणींबरोबर हसणं-बोलणं करत होती. त्या दिवशीची अलका-मां आणि मुमताज आणि दादासाहेब गेले त्या दिवशीच्या त्याच दोघी, यांच्यातलं अंतर मला सारखं जाणवत होतं. त्यांना पूर्वी कधीच अशा अवकळा अवस्थेत कुणी पाहिलं नव्हतं... ..दादासाहेब माडीवरच्या पलंगावर शांत होते.

खुर्च्या, टेबलं, बारकी स्टुलं, पलंग, आरसा, खिडकी, ह्यांना पूर्वी अलका-मां आणि दादासाहेब यांच्याशिवाय कुणालाच स्पर्श करता आला नव्हता. त्यामुळं त्या वस्तू खानदानी वाटत. पण आता त्यांना येणाऱ्या गर्दीतली पोरं, स्त्रिया, प्रेत उचलायला आत आलेली माणसं इत्यादी सर्वांचा स्पर्श होत होता. दादासाहेब आणि अलका-मां खिडकीजवळच्या ज्या दिवाणावर बसत होती तिथं दोन शेंबडी पोरं बसून गंभीरपणानं वरच्या तसबिरी पाहत होती. ...आरशात संपूर्ण प्रतिबिंब पाहण्याची इच्छा होती, ती अनेक पोरांनी पुरी करून घेतली. सारं बाहेरच्या हातांनी, पायांनी आणि स्पर्शांनी बाटून खरकटं होऊन गेलं...दादासाहेब डोळे मिटून सर्व सहन करीत होते.

दादासाहेबांची लग्नाची बायको आणि दोन तरुण मुलगे आले होते...माडीचं ते दोन मजली रंगीत घर क्षणभर घोर अपराध्यागत दिसलं होतं. माणसांनी दादासाहेबांना खाली आणलं. तासभर सगळे सोपस्कार झाले. एका बाजूला अलका-मां आणि मुमताज व दुसऱ्या बाजूला दादासाहेबांची पत्नी आणि दोन मुलगे बसून ढसढसून रडले...आम्ही फक्त पाहिलं. मुमताजनं त्या दोन मुलांना उपऱ्यागत पाहिलं. परस्पर कुणाचा काही संबंध नव्हता. तरी दादासाहेबांसाठी सगळे रडत होते. आणि दादासाहेब डोळे मिटून काहीही न पाहण्याच्या इच्छेने चिरशांती घेत होते.

शेवटी त्यांचा देह बाहेर काढून मोटारीत ठेवला. थोरल्या मुलानं मोटारीत बसण्यापूर्वी वडिलांनी तिकडून आणलेल्या पैशातून बांधलेलं घर एक दृष्टी टाकून बघून घेतलं...मोटार भरधाव निघून गेली. घर गल्लीच्या स्वाधीन झालं.

आता बागेतली झाडं सुकून गेली आहेत. त्यांच्या अंगावर हिरवं-कोवळं तेज नाही. गुलाब-मोगऱ्याची फुलंही आता फुलत नाहीत. त्यांना पाणीच मिळत नाही. तांबड्या मातीत आता कोंबड्या आणि बदकं यांनी बारीक बारीक खड्डे पाडलेले आहेत... कित्येक वेळा ती अलकांमांचा डोळा चुकवून बाहेर येतात. रस्त्याच्या उघड्या गटारात वचवचवच करत खातात. अन्नासाठी लांबलांब फिरतात. लोकांनी रस्त्यावर टाकलेलं उष्टं-खरकटं खातात आणि त्याची अंडी अलका-मांला घालून देतात. लांब गेलेल्या बदकांना ती संध्याकाळी हुडकत जाते. आणि हुसकत घरी घेऊन येते. कधी कोंबडीची रवण काढलेली असते. पिलांची राखण करीत ती मग दारात बसते. समोर पानांचा डबा असतो. पण आता त्यातली पानं कोमेजून शिळी

झालेली असतात. त्यांनाच ती चुना-कात घालून रंगवण्याचा प्रयत्न करते. पण तोंड रंगत नाही. उलट त्या शिळ्या पानांच्या बोथट चवीनं तोंडही तसंच कसंतरी होतं... पण ती तरी काय करणार? पूर्वीची सवय सुटत नव्हती. तोंड रंगवण्याच्या प्रयत्नात ती असतानाच एखादा बोका अचानक धाड घालतो नि पिलू पळवून नेतो...अलका-मांचा जीव तळमळतो. हातातून सगळंच सुटून गेलेलं असतं.

आता ती स्वतः पाणी भरते. धुणं धुते, माणसांशी बोलत बसते. गल्लीतल्या चार लोकांत मिसळते. रस्त्यानं जाणाऱ्याला सहज चहाला, पान खायला बोलावते. कित्येक वेळा काही कामासाठी हाक मारते....माणूस येतं. कुठंही बसतं...तिथले जातिवंत स्पर्श आता उडून गेले आहेत. घराचा रंग तर कधीच उडाला आहे...त्यांच्या अंगावर आता टवके पडले आहेत.

मी शिक्षण आणि नोकरीनिमित्त गाव सोडलं. अधूनमधून गावाकडं जात होतो. शिक्षणासाठी गाव सोडून दहा-बारा वर्षं झाली होती. नोकरीत रमलो होतो. सुटी गाठून गावाकडं आलो होतो.

संध्याकाळ करून सहज मळ्याकडं फिरत चाललो होतो. मा दारातच पिली राखत होती; तिनं हाक मारली...मी बागेच्या फाटकातून आत गेलो. मनाला काही वेगळं वाटत होतं.

"कधी आलास?"

"परवा; सोमवारी."

"बरं केलंस, बाबा. ताराचं कल्याण झालं बघ."

"हं!" मला काही सुचलं नाही म्हणून फक्त हसलो.

"चल की माडीवर. चहा करून आणते."

"नको, इथंच बसतो." मी संकोचलो.

"माडीवर बसायला घातलंय. मोठा झालास तू आता. चल; बस चल माडीवर."

"ह्या घरात मी शेणी घाटल्यात अलका-मा. मला इथं भुईवर बसायला काही वाटणार नाही."

"तुला एक काम सांगायचंय. चल वरती. मोठा नोकरदार झाला आहेस."

"काय विशेष काम?"

"साधं-भादंच आहे."

मला धीर आला. मा सहजपणे बोलत होती. सुरात सरळपणा होता. तिचं वयही आता झालं होतं. 'असेल काही तरी काम' म्हणून निर्धास्तपणे वरती गेलो...माडी पुन्हा पाहण्याचीही उत्सुकता होती.

जिना चढून दारात गेलो आणि अंगावर चाबूक वादाडल्यागत झालं...मोठ्या फुलाचं पातळ नेसून तीसबत्तीस वर्षांची मुमताज कशीतरी पडली होती. जुनं-पुराणं

पुस्तक वाचत होती. केस विसकटले होते. ...मला संकोचल्यासारखं झालं. तिनं सावरून घ्यावं म्हणून मी दारात जरा मागं सरून उभा राहिलो.

तशीच उठून तिनं हाक मारली, "या आन्दासाब."

हाक विचित्र वाटली, पण मी हसत पुढे गेलो.

...खेळणं सोडल्यानंतर मुमताज माझ्याशी पहिल्यांदाच बोलली.

"मला वाटलं, तुम्ही इंदूर-कोल्हापूरला कुठंतरी आहात." मी अवघडून काहीतरी बोललो.

"छे छे, गाण्यासाठी मी एक-दोन वर्षे तिकडं राहिले तेवढंच."

"शास्त्रीय गाणं तुम्ही शिकलात?"

काहीसा भाबडा पण संभाषण चालू ठेवण्यासाठी विचारलेला प्रश्न. तिनं ते ओळखलं आणि त्यातूनच दुसरा विषय काढला.

"तुम्ही तुम्ही, हे काय चालवलंय तुम्ही?"

"मग काय म्हणायचं?"

"नेहमीप्रमाणं माझ्याशी बोला."

"तुम्हीही मग 'तुम्ही' म्हणणं सोडून द्या."

"काय करायचं बाई!" मुमताज अंग घुसळत हसली. लहानपणीच्या जवळीकीनं बोलू लागली...पण दोघांच्या बोलण्यात काही वेगळाच सूर मिसळत होता. गप्पा निघत होत्या. वाजवीपेक्षा ती जास्त हसत होती. मांडीवर हात मारून सम साधल्यागत स्वतःची स्वतःलाच टाळी देऊन खूष होत होती. केसांना पाची बोटांची चिमूट करून मागं सारत होती. ...आणि तिच्या हासण्याला, बोलण्याला वेग होता. तो वेग आवेग मला जमत नव्हता.

बराच वेळ गेला. तिनं मनाशी निर्णय घेतला नि ती लगबगीनं उठली. दारातूनच म्हणाली, "मा, चहा कर गं."

आरशासमोर गेली आणि केस संपूर्ण मुक्त केले. ...कमरेपर्यंत काळेभोर केस. कसे वाढले होते कुणास ठाऊक? ...मोठा जाड कंगवा घेऊन ती विंचरू लागली...

अलका-माने चहाचा ट्रे आणला...कपबशा जुन्या होत्या. पण गमावलेलं वैभव रंगीत फुलातनं आठवत होत्या.

चहा घेऊन मी उठण्याचा विचार करीत होतो.

"पान खा." मुमताज.

"नको. मी कधीच खात नाही."

"सुपारी तरी चालते ना?"

"सुपारी चालते."

"उद्या येणार?" तिचा सूर किंचित पालटला आणि डोळे वेध घेऊ लागले.

“बघतो, वेळ मिळाला तर.”

“आता इथं गावात काय काम आहे? ...ये उद्या.”

“हं...येतो मी.” मी बाहेर पडलो.

...सबंध घर कुठंतरी अस्वस्थ झाल्यासारखं वाटलं. ...मळून का होईना खिडकीचा पडदा जगू बघत होता. झाडं जीव तगवू बघत होती.

मळ्याकडं जाताना आठ-दहा दिवसांनी अलका-मानं पुन्हा गाठलं. घरात बोलावून घेतलं.

“चहा करते. वरती चल.”

“आता इथंच बसतो.” ...पाट घेऊन मी खालीच बसलो.

नकळत अलका-मा गंभीर झाली. बोलता बोलता तिचे डोळे जुन्या आठवणींनी भरून आले.

“रडून काय उपयोग? व्हायचं ते होऊन गेलं, अलका-मा.”

“माझं काय, बाबा! मी खाल्लं, पिलं, भोगलं. पाच राहिलं; पन्नास गेलं. जहागीरदारांचं दीस होतं. वतनं होती.

चारी चीज मिळायचं. लोक हौशीबी होतं...आता सगळं रूप असून पोरीची काळजी वाटाय लागलीय. दीस पालटलं. हौशीसाठी बाईमाणूस सांभाळणं आता परवडतंय कुणाला?...”

“खरं आहे ते.”

“हे असं दीस आलं म्हणूनच हात-पाय बांधल्यागत झाल्यात. भुरटेपणानं राहून तरी कसं भागंल? पोरीचं तरुणपण आहे, तवर टेंपरवारी सगळे येतील. पुढं कसं व्हायचं? आणि जगायचं कसं?”

“काही तरी दुसरा उद्योग?” मी सहज बोललो.

“मी बघतेय की. बदकं-कोंबड्या पाळल्यात. काचमण्यांची तोरणं करून देतीय, रुमाल करती; आणि मी काय करायचं? पोरीला अजून जमत नाही. असल्या कामाला लागल्यावर इभ्रत राहणार नाही म्हणती.”

मी नुसतीच मान हलविली.

चहा प्यालो. क्षणभर गप्प बसलो. मांने कपबशी विसळून ठेवली. हात पुसला.

“चल जरा वर.”

तिच्या मागोमाग मी वर गेलो. मुमताज भिंतीकडे तोंड करून गाढ झोपल्यागत दिसली.

माऽनं एक कपाट उघडलं. त्यातनं काळी चकचकीत चमड्याची बॅग काढली. तिच्यातनं दोन पांढरीशुभ्र पाकिटं काढली आणि त्यांतले फोटो माझ्यासमोर ओतले.

मुमताजचे फोटो...कधी काढले होते हे? कुठे?

...आरशासमोरची, सुटलेल्या केसांनी पाठमोरी.

...विंचरतानाची, आंघोळीनंतरच्या ताज्या कांतीची.

...पाणी आणतानाची; नृत्याची पोझ. झाडाच्या फांद्यांतून डोकावणे.

तिच्या पायांनी झपाटलेले रंकाळ्याचे पाणी.

...हे सगळे फोटो एकाकी. मागे-पुढे कोणी नाही. सर्वत्र फुलणारं तारुण्य हाक मारीत होते...मी हललो!

मी वरवर निष्पाप चेहरा करून बोललो,

''छान आहेत.''

''ह्यांतले तुला आवडलेले चारसहा फोटो ने पुण्याला. आमच्या समाजातलं कुणी लग्न करणार असलं तर दाखव त्यांस्नी.''

''फोटो काय करायचे?''

''असू देत. ने उगीच.''

''तिच्या जन्माचं मलाच काहीतरी बघितलं पाहिजे. पहिले दिवस राहिले नाहीत नि नव्या वाटा सापडत नाहीत. कोंडून घातल्यागत जगणं झालंय माझ्या लेकीचं.''

थोडा वेळ पुन्हा इकडचं तिकडचं बोलणं झालं नि मांने मला चार फोटो दिले. मी जायला उठलो.

''कधी जाणार पुण्याला?''

''उद्याच. सुटी संपत आली.''

माऽने मुमताजला हाक मारली. ''मुमताज, अगंऽ मुमताज.''

अं करत ती उठली. डोळ्यांत झोप नव्हती. अश्रू होते. अश्रूंच्या मागे असहाय्य कारुण्य.

''ताराचा छोकरा उद्या पुण्याला चाललाय...तू रोतीस का बेटा?''

...भिंतीवरच्या तसबिरीतल्या मोरानं पिसारा झाकून घ्यावा आणि हरिणांच्या दोन मुंडक्यांनी मेंढीसारखा टाहो फोडावा, असं काही तरी मला वाटलं.

◆

लेक लगनाची

आई कुठनं बाहीरनं लगालगा आली. तिच्या हातात तीन-चार मोठ्या पुड्या हुत्या.

"दिन्याऽ"

"हंऽ!"

"घुमू नको. चाटकन मळ्याकडं पळत जा आणि गौरीला बलवून घेऊन ये."

"कशाला?"

"घाटलास का आडमोडा? इस्तू पडला तुझ्या तोंडात. ऊठ आगूदर नि पळ. आताच्या आता ये म्हटलंय म्हणावं. त्यांस्नीबी घटकाभरानं या म्हणावं. गौराला पाव्हणं बघाय येणार हाईत, म्हणून सांग. न्हईतर हूंऽऽऽ म्हणून कण्या हादडून बाजल्यावर पडतील मुडद्यागत घोरत."

दिन्या पळाला.

अशा वक्ताला चाटकन पळालं तर बरं, न्हाईतर पाठीत धपाटं बसत्यात. आईच्या डोस्क्यात काय तरी इचार येऊन बसला म्हंजे ती अशी वागती. त्यापर्माणं समदं हुईस्तवर तिचं असं वागणं असतं. एकदा ते झालं की मग तिचं बोलणं सलाम पडतं.

चुलीम्होरं बसून तिनं पुड्या सोडल्या. वंजळ भरंल एवढा साखऱ्या आणला हुता. मूठभरून च्याची पूड. हळद, बडीशेप, धडप्याच्या गठड्यात फवं. फुड्यांतलं चुलीमागच्या बारक्या बारक्या डब्यांत भरता भरता तिनं मला हाक मारली.

"भैऱ्याऽऽ"

"ओऽऽ"

"तुझी झाली का न्हाई हजामत अजून?" मी हजामत करून आलो हुतो. खरं हजामतीचं निमित्त काढून घराकडं आलो हुतो, ते तिला खपलं न्हवतं.

मी मऊ आवाजात म्हणालो, "झाली की. मी आता चाललोच मळ्याकडं."

"आता जाऊ नको मळ्याकडं. तासभर घरात ऱ्हा. पाव्हणं येणार हाईत. घरात कोण तरी बापय-माणूस असू दे."

मला तेवढंच बरं वाटलं. सफा झालेल्या डुईवरनं हात फिरवत मी चौकटीला टेकून बसलो.

"बसू नको. पिशवी घेऊन जगदाळ्याच्या मावशीकडं जा. तिला चार-पाच कप-बशा दे म्हणावं."

'हूं' म्हणून मी उठलो.

"थांब. घाई करू नकोस. तिला म्हणावं, तासाभरात परत करती. कपबशीला जरासुदीक धक्का लागू देत न्हाई. पाव्हणं येणार हाईत, तवा घटकाभर द्याच."

"बरं." मी उठलो नि पिशवी गुंडाळून घेत बाहीर पडलो. बाहीर पडतापडता आतनं आवाज आला, "तिचा दाल्ला असंल तर आत जाऊन माग रं. तिचा दाल्ला उगंच ख्यास मारतोय तिच्यावर."

"बरं बरं."

कपबशा जाऊन आणूस्तवर तिनं कंबळाकीच्या घरातली चांगली चांगली चार-पाच लुगडी आणली हुती. पेटीतलं आपल्या लग्नातलं ठेवणीचं लुगडं काढलं हुतं. त्या समद्यांच्या घड्या अडदाणीवर एकाला एक लावून दिसतील अशा ठेवल्या हुत्या.

आलेल्या कपबशा अबदार हातानं अंधारातल्या दिवळीत एकावर एक पालथ्या घातल्या नि कप आतल्या बाजूला मांडून ठेवलं.

कांबरायची घोंगडी उजेडात नेऊन बघितली तर जुनीपानी झालेली. तिच्या दशा तुटलेल्या. मधी मधी भसकं पडत चाललेलं...तिच्या कपाळावर अट्या पडल्या.

सणगर गल्लीला जाऊन दत्तू सणगरांकडनं तिनं दोन घोंगडी मागून आणायला सांगितलं. मी तसाच गेलो. दत्तूमाला सांगितलं. आदूगर त्यो द्यायलाच तयार हुईना. पाव्हणं गौरीला बघाय येणार हाईत म्हणून सांगितल्यावर त्येच्या बायकूनंच दोन घोंगडी काढून दिली.

"घाण करशील बघ."

"छे छे! जशीच्या तशी आणून देतो. घटकाभर हातरायची नुसती. पाव्हणं गेलं की लगीच परत करतो."

कशीबशी घेऊन आलो. गंगी रडत हुती. ती हुंबऱ्यावर बसली हुती. म्हणून तिच्या पाठीत दणका बसला हुता.

"आणलास?"

"आणली."

"हातरा ती सोप्यात. पाव्हणं येतील इतक्यात."

मी ती हातरायला गंगीला बलवून घेतलं नि एकाला एक लावून सोप्यात पसरून टाकली.

"सोपा लोटला काय?" बाहीर येता येता ती म्हणाली. तिची घाई चालली हुती नि घाईत आवाज चढत हुता.

"न्हाई?- न्हाईतर मग गल्लीतला आणि जरा कचरा आणून सोप्यात उकीरडा करा आणि त्येच्यावर घोंगडी हातरा."

तिचं असलं बोलणं मला कळत हुतं. गापदिशी मी दोन्ही घोंगडी गोळा केली नि तावातावानं गंगीला म्हणालो,

"गंगे, सोपा लोटून घे."

ढेंगेतनं परकूर वडून घेऊन तिनं बेंबटाबुडी खवलं नि आतला साळुता आणला. फुरूक फुरूक शेंबूड वडत सोपा लोटला. मी पुन्ना घोंगडी हातरली. जरा बरं दिसलं. घोंगड्यावर जाऊन बसावं असं वाटलं. भिंताडाला टेकून असा बसतोय तवर शेजारच्या राधामावशीच्या घरातनं आई आलीबी.

तिच्या पदराबुडी काय तरी हुतं ती ते आतच घेऊन गेली.

"भैऱ्या, हिकडं ये." तिची चुलीम्होरनं हाक आली. मी गेलो.

"हे पैसे घे नि पानं, सुपारी, नि कात आण. पळत जा नि पळत ये. वकोत हुईत चाललाय."

मी बाजारात जाऊन समदं आणलं.

परत येऊन बघतोय तर आईनं पेटीतली समदी भांडी काढून देवावरच्या फळीवर वळीनं मांडून ठेवलेली. खोली भरल्यागत दिसाय लागली हुती.

दगडी उंबऱ्यावर जाऊन मी वरुट्यानं दोन्ही सुपाऱ्या फोडल्या. तवर आईनं आत किमया केली. तिनं राधामावशीच्या हितनं पानपुड्याचा पितळी डबा आणला हुता. त्यात पान, कात, बडीशेप ठेवली हुती. मी जाऊन सुपारी त्यात ठेवली. चुना आईनं त्यातनंच आणला हुता. बाकीचा डबा राधामावशीनं मोकळा करून दिला हुता.

डबा तिनं घोंगड्यावर आणून मधी ठेवला. मागं सरली नि मधल्या चौकटीला धरून हुबी ऱ्हायली. डब्याकडं बघाय लागली. तवर भित्तीकडंला बसलेली गंगी त्या डब्याजवळ जाऊन त्येच्यावरनं अबदार बोटं फिरवाय लागली.

"हात लावू नको गं, गंगे. लोकांचा डबा हाय. उगंच घाण करू नगं."

गंगी भित्तीकडंला जाऊन गुडघं पोटाजवळ घेऊन बसली. पाव्हण्यागत चकचकीत डबा घोंगड्याच्या मधी ठुमकत बसला...राधामावशीचा दाल्ला कायम ह्यातनं पान खातोय. तालेवार हाय. घरात पोत्याची घडुशी. दुधाची चार म्हसरं. पाच-सा बैलांचा घरचा मळा...आम्ही रोजगारी. आवंदाच चौथाई भागानं भटाचा मळा केलाय. त्योबी एवढा एवढासा. सालभर राबायचं नि भट काय देईल ते घेऊन यायचं...सालभर हक्काचा रोजगार मिळत हुता. लोकाच्या हितं राबायचं ते मळ्यात राबायचं. समद्या

घरादाराला करंल तेवढं काम मिळत हुतं.

"गंगे, हिकडं ये." आईनं तिला सोप्यात हाक मारली. झिंज्या मागं सारंत गंगी जरा भेदरूनच आईकडं गेली. आई काय करणार त्येचा अंदाजच तिला लागत नव्हता. आई आपली केसं विचरत हुती. केसातनं फणी खसाखसा बटा चिरत फेरतेली... आई आपली डुई इचराय अशी कवा बसलीच नव्हती. आज ती तशी बसलेली बघून जरा गंमतच वाटली. मलाबी जरा आपलं तोंड, हात-पाय धुऊन घ्यावं, असं वाटलं. मी उठलो नि परड्यात गेलो.

गंगी आईच्या फुड्यात झिंज्या सोडून बसली हुती. आईनं आपला बुचडा आवळून बांधला हुता. केसं डुईसंग चापून बसली हुती.तिनं गंगीच्या डुईवर तेल थापलं नि तिच्या केसांत फणी घुसविली.

हात-पाय पुसत पुसत मी बाहीरच्या सोप्यात गेलो. दारात येऊन गल्लीच्या टोकाकडं सजावारी नजर टाकली. तर साताठ माणसं नि त्येंच्याबरोबर एक बाई येतेली दिसली. चटाकदिशी आत आलो नि आईला सांगितलं,

"आई, माणसं आली वाटतं."

"आली काय!"

तिनं चटाचटा गंगीच्या कवा न्हाई ते दोन येण्या दोन्ही बाजूला घातल्या. जवळच्या घोंगड्याच्या दोन दशा तोडून त्या बांधून टाकल्या.

"तोंड खळबळून मग बाहीर जा, गं गंगे."

"हं!"

"घुमत जाऊ नको. सरळ बोलत जा. 'बरं' म्हणत जा. पै-पाव्हणं येत्यात." आईनं असं बोलता बोलता आपलं तोंड खळबळून घेतलं नि ठळक कुक्कू लावून ती चटक्यानं बाहीर आली.

माणसं दारात ठेपली.

"आलासा? या."

दाराच्या आतल्या बाजूला झराझरा धुळीत माखलेल्या पायताणांचा ढीग पडला. पानाच्या डब्याच्या भोवतीनं पाव्हणं बसलं. दोन-तीन पाव्हण्यांनी जरीचं नि कोशे पटकं घातलं हुतं. मिशा कापलेल्या एकाजणानं सैल घळगा कोट घातला हुता. नक्कीच कुणाचा तरी मागून आणलेला असणार.

आईनं त्यातल्या पाव्हणीबाईला नि मला आत हाक मारली. पाव्हणीबाई मधल्या सोप्यात भिंतीला टेकून आपलं गठळं फुड्यात घेऊन बसली. तिच्यासमोर आमची अडदाणी. अडदाणीवर लुगड्याच्या घड्या, सोप्यातनं स्वयंपाक-घरात बघितलं की देवाऱ्याचं कपाट दिसतेलं. कपाटावर फळी. फळीवर पितळंची भांडी वळीनं फळीभरून मांडलेली. पाव्हणीचं मन घर बघून थंडगार हुणारं असं वाटलं.

हे सगळं दिसंल अशा बेतानंच आईनं तिला बसवलं हुतं.

"पाण्याची बारडी, तांब्या न्हे जा रं."

मी आत जाऊन एक घागर बारडीत वतली नि तांब्या-बारडी घेऊन बाहीर आलो. पाव्हण्यांनी हात-पाय धुतलं. दारातला दांडगा दगूड भिजला. उन्हाळा हुता. तापला हुता. धडप्यानं पाव्हण्यांनी हात-पाय पुसून घेतलं नि पानाचा डबा उघडला. मला बरं वाटलं.

मी आत गेलो. आई परड्याकडं गेली हुती. तिकडं जाऊन तिला हरखून सांगिटलं, "आई, पाव्हण्यांनी पानाचा डबा उघडला."

"बरं झालं. तू पाव्हण्यांत जाऊन बोलत बस."

तिनं असं सांगितल्यावर मला अवघडल्यासारखं झालं. तिचं डोळं मळ्याच्या वाटंवरनं हलत नव्हतं. मी तिकडं बघितलं, तर गौरी नि दिना चढ सपवून माळ उतरताना दिसली.

"आली वाटतं." मी तिथंच थांबून बोललो.

"आली- तू जाऊन बस जा बघू घटकाभर. काय तरी बोलत बस, तवर गौरी येऊन पोचंल."

"बरं." ...मी 'हूं' म्हणून घुमलो न्हाई.

मी पाव्हण्यांत जाऊन बसलो. काय बोलायलाच येईना. गप बसलो. पाव्हण्यांनी पानांचं देठ खुडायला, मांडीवर पानं पुसायला सुरुवात केली हुती. एकजण गुळगुळीत दाढी नि हजामत केलेला हुता. सैल कोटवाला. त्योच गौरीला बघायला आला असावा. मी त्येच्याकडं अधनंमधनं उगचच बोलत बसलो. पान खाल्लेल्या त्येच्या दातावर पानांचं तांबडं किटान मावंना झालं हुतं. डोळं बैलाच्या डोळ्यांगत मोठं. तांबारलेलं. गळ्यात चांदीचं चार-पाच शिवाजी काळ्या दोऱ्यात गाठवून बांधलेलं.

घटकाभर बसलो. माझ्यासंगं कुणी बोलंचना नि मलाबी काय कुणासंगं बोलायला येईना. उठलो नि कायतरी निमित्त काढून परड्यात गेलो.

परड्यात गौरी आली हुती. तिनं भांड्यांच्या बुट्टीवर ठेवलेला जळणाचा बिंडा गोठ्यात एका बाजूला टाकलेला दिसला. चपल्या दारातच पायरीकडंला सरकून लावल्या हुत्या.

तेवढ्या खुणंवर मी जेवणाच्या घरात गेलो. गौरी जरा बाजूला बसून डोसकं इचरत हुती. तिचं डोसकं तेलानं चपचपीत झालेलं दिसत हुतं.

आई जर्मनचं भुगुणं चुलीवर ठेवून फोडणी देत हुती. तळणाऱ्या कांद्याचा वास नाकात घुसत हुता. भिजलेलं फवं ताटात पसरलं हुतं. माझ्या तोंडाला उगचच पाणी सुटत गेलं. कवा न हुणारा पर्कार आज चुलीवर चढत हुता.

गौरीनं परड्याकडं जाऊन हात-पाय, तोंड धुतलं. त्येच्यावरनं तेलाचा हात फिरवला. ते तुकतुकीत दिसू लागलं. परड्याकडंच जाऊन तिनं भित्तीतल्या भिंगात बघून कपाळाला मेण-कुक्कू लावलं. पाव्हणीच्या देखत अडदाणीवरचं लुगडं आणून तिला आईनं नेसायला दिलं.

"आरं, आतच कशाला बसतोस? जा की बाहीर."आईनं मला आठवण करून दिली.

मी अवघडल्या पायांनी पाव्हण्यांत जाऊन पुन्ना बसलो. सगळं पाव्हणं पाठीचं कणं ताठ करून बसलं हुतं. पानं अर्धीनिम्मी उडाली हुती. चुन्याची बोटं घोंगड्याला पुसली हुती...आता दत्तू सणगर नि त्येची बायकू बोंबलणार.

कुणाचा ऊस कसा हाय, कुणाचा मळा कसा हाय, ह्येच्यावर बोलणी निघाली हुती. सैल कोटवाला अधनं-मधनं मधल्या दाराकडं बघत हुता... पाव्हण्यांनी बराच कढ धरला हुता.

आई बाहीर आली. पाव्हणीबाईबी बाहीर येऊन आडुशाच्या पडदीला टेकून बसली.

गौरी ठळक गुलाबी लुगड्यात कांदाफवं घेऊन आली. पाच बशांत नि दोन वाडग्यांत फवं घाटलेलं ताट तिनं समद्यांच्या मधी ठेवलं. अगदी वासू भटाच्या पोरीला दावतानाचा पर्कार घरात चालला हुता. मला आत आत आईची गंमत वाटत हुती.

"ही माझी लेक बघा. गौरा."

सगळं पाव्हणं टकामका बघाय लागलं. कुणी बघिटली, कुणी न्हाई तवर गौरी आत गेली.

समद्यांनी फवं बकाबका खायाला सुरुवात केली...

आई भटाच्या हितं दूध घालती. तिथं पाव्हणं, न्हाई तर कोणतरी आलं म्हंजे कांदा-फवं करत्यात. तिनं ते ऐनवक्ती जाऊन भटाच्या हितं दोन-चारदा खाल्लं हुतं. आमच्याकडंबी कोण तरी पाव्हणं आल्यावर ती कांदा-फवं करती. पर हटकून दर डावाला तेलच कमी पडतं. खरं म्हंजे परवडतच न्हाई. घरात तेवढं तेलच नसतंय. मग फवं हॉटेलातल्या फव्यागत हुणार कसं? शिवाय आईचा तिखटाला हात सैल. चटणी भरपूर पडली हुती. तरी पाव्हणं बकाबका खाईत हुतं. तांब्यातलं पाणी अधनं-मधनं पीत हुतं.

फवं झाल्यावर आई बशा घेऊन आत गेली नि गौरी पुन्हा च्या घेऊन आली. दोनदा येणं-जाणं झालं.

पाव्हणं च्या पिऊ लागलं. आई काय-बाय, काय-बाय पाव्हणीसंगत बोलत हुती.

च्या पिणं झाल्यावर मी कपबशा घेऊन आत गेलो.

"आई, तुला गौरी आत बलवती बघ." बाहीर येऊन मी आईला सांगितलं नि ती आत गेली. मी पाव्हण्यांत जाऊन बसलो.

आईनं पाट बाहीर आणला. उगवतीला तोंड करून पाव्हण्यांच्या फुडं मांडला. पाव्हण्यांचं बोलणं आपूआप कमी झालं. सगळं सावरून बसलं. सैल कोटवाल्यानं आपला कोट दोन्ही हातांनी आपल्या अंगाभवतीनं आवळला नि त्यो मागं सरकून ताठ बसला.

गौरी पाटावर येऊन बसली. खाली मान घालून...गळ्यात आईचं मणी दिसलं. कपाळाला ठळक कुक्कू. चेहरा तुकतुकीत. पायांत जुन्या मासूळ्या नि जोडवी घातलेली. हातांत काकणांमागं आईच्या पितळी पाटल्या. गुडघ्याच्या खालपतोर दोन्ही पायांवर नेसलेलं लुगडं...बरी दिसली. तिला अशी नटलेली मी पैल्यांदाच बघत हुतो. तिचं नाकबी सरळ हुतं, ते ध्येनात आलं. तिचा गव्हाळ रंग ध्येनात आला. माझं मन सुपाएवढं झालं.

सैल कोटवाल्याचे डोळं तिला बघायला बचकंएवढं झालं हुतं.

बघणं झालं. इचारणं झालं. कुक्कू लावण झालं. पाया पडणं झाल्यावर गौरी आत गेली.

पाव्हणं एकमेकांकडं बघत बसलं. खुशीनं बोलू लागलं. सैल कोटवाल्याचा चेहरा उमलून आला हुता. उद्या माणूस सांगावा घेऊन लावून देतो म्हणून घटकातासानं पाव्हणं उठलं.

आईचा आवाज सलाम पडला. डुईवरचा दीस मावळतीकडं सरकत कासरादोन कासरं गेला हुता.

"भैरू, आटीप आता, त्येंनी मळ्यातच ऱ्हायलं वाटतं. आलंच न्हाईत. राखणीला ऱ्हायलं जणू. भट फेरी मारायचा एखाद्या वक्ती. चटाचटा समदं आवरा नि मळ्याकडं जाऊ या."

मी घोंगड्यावरची चुन्याची बोटं वल्ल्या बोळ्यानं पुसली नि घोंगडी देऊन आलो.

सोपा हुता तसा दिसू लागला. आईनं राधामावशीचा पानाचा डबा, पान, सुपारी, कात, बडीशेप काढून पोचता केला. गौरीनं अंगावरचं समदं काढून ठेवलं. मळ्याकडनं येताना तिच्या अंगावर जे जुन्यार हुतं तेच नेसलं. न्हाणीत बसून कपबशा धूत हुती. तवर आईनं कंबळाकीची लुगडी परत केली. गंगी जर्मनच्या भुगुण्याला चिकटलेलं फवं चटाचटा टोचून खाईत हुती.

मी कपबशा देऊन आलो. आईनं फळीवरची भांडी गोळा करून पेटीत टाकली. घरासारखं घर दिसू लागलं.

"चला आता मळ्याकडं."

समद्यांनी पायांत खेटरं चढवली नि घराला कुलूप घातलं. दारातला दगूड उनानं कवाच वाळून गेला हुता.

आईच्या डुईवर माळव्याच्या मोकळ्या बुट्ट्या हुत्या. उद्या बाजार. आज माळवं तोडायचं हुतं. लगालगा समद्यांचंच पाय आईबरोबर हुतं. गंगी तर पळतच येत हुती.

चालता चालता मी म्हणालो, ''एकाएकीच कसं हे पाव्हणं आलं?''

ती म्हणाली, ''ते एक इपरीतच घडलं. मी दुकानला चालली हुती. तोडकराच्या गल्लीच्या शेंड्याला येऊन बघिटलं, तर जानबा गोनुगड्याच्या दारासमोर ईसभर माणसं गपगार हुबी आणि घरात तर राडरड मोकाट चाललेली. सहज म्हणून मी चौकशी केली तर जानबाचा दमेकरी म्हातारा चुलता मेल्याचं कळलं. आरंऽऽ देवाऽ!'' म्हटलं नि फुडं चालली.

फुडं चाळीसभर पावलांवर परगावची चारपाच माणसं गोनुगड्याच्या घराकडं लांबनंच बघत हुबी ऱ्हायलेली दिसली. नटूनथटून आलेली. चार बापय माणसं नि एक बाई. ती बाई माझ्याकडं लांबनंच एकटक बघू लागली. त्यांतल्या एकाचाबी चेहरा मला वळखीचा वाटंना. मी आपली बाईकडं बघत बघत फुडं चालली, तर तिनंच मला हळू हाक मारली, ''बाई, तुम्ही चौकशी केलेल्या त्या घरात रडारड कसली?''

मी म्हटलं, ''गोनुगड्याचा म्हातारा मेला! आजारी हुता दम्यानं.''

''म्हंजे जानबा गोनुगड्याचा बाऽ काय?'' एकानं इचारलं.

मी म्हटलं, ''बा न्हवं, जानबाचा चुलता हुता त्यो मेला. तुम्ही कोण? गावातलं दिसत न्हाईसा.'' मी सजावारी चौकशी केली.

म्हणालं, ''आम्ही जानबाच्या लेकीला बघायला आलो हुतो. त्येची 'लेक लग्नाची हाय' म्हणून कळलं हुतं. 'आज या' म्हणालं हुतं. येऊन बघतोय तर हे चितार दिसलं. ...पैल्या पावलालाच ठेच! काय करायचं?''

मी इचारलं, ''कोणच्या गावचं?''

तर म्हणालं, ''लांगनूरचं.''

मग मी सगळी चौकशी केली. तर सगळं कूळमूळ, जातगोत जमतंय, असं दिसलं.

म्हणून त्यांस्नी म्हटलं, ''तसं काय मानू नका. योगायोगाच्या गोष्टी असत्यात त्या. जानबाच्या लेकीच्या नशिबात आजचा दीस चांगला दिसत न्हाई. आता आलाईसा तर 'पैल्या पावलाला ठेच' असं म्हणू नका. माझीबी लेक लगनाची हाय. आलाईसा तसं 'तिला' बघून जावा. योग असला तर तिच्यासंगं जमंल. वाटलंच तर जानबाच्या लेकीलाबी सुताक सपल्यावर पुन्ना बघून जावा.'' असं म्हणून मी आमची कुळीमुळी, जातगोत, घरदार, धंदादस्तूर सगळं सांगिटलं. तर कबूल झालं. 'आलोय

तर काळ्या रामाच्या देवळात जाऊन देवदर्शन घेऊन तसंच येतो' म्हणालं.

मी म्हटलं, "या."

आईचं हे बोलणं ऐकून मी जरा चिडूनच तिला इचारलं, "अशा पाव्हण्यांस्नी गौरीला दाखवायची एवढी काय घाई उडाली हुती?"

समजुतीच्या सुरात आई म्हणाली, "बाबा भैरूबा, किती केलं तर 'लेक लगनाची नि बेडी मणाची.' आईचं मन तुला न्हाई कळायचं. तुझा बाऽ म्हणणाऱ्यानं तर अजून त्येच्या लेकीसाठी एकबी 'जागा' आणला न्हाई का कवा गावोगाव जाऊन चौकशीबी करून आला न्हाई. ...असंच जर चालत ऱ्हायलं तर लेकीचं लगीन हुब्या जल्मात तरी हुईल काय? ...मला तिच्या लगनाचा नुसता घोर घोर लागून ऱ्हायलाय. लगनाचंबी एक वय असतं. ते मागं पडलं, लेक 'जून' झाली, तर तिला कोण पदरात घेईल काय? -म्हणून मी धडपड केली. एखाद्या वक्ती असंल तिच्या नशिबात तर जमून जाईलबी. ...गोनुगड्याच्या लेकीचा योग नसंल नि माझ्या लेकीचा योग असंल म्हणूनबी एखाद्या वक्ताला ह्या दैवाच्या गाठी पडल्या असतील." आईच्या मनातली गौरीबद्दलची काळजी, घोर, खळबळ नि उचंबळ बाहेर पडली.

माळ आला हुता. उभा चढ लागलेला. गंगीनं आपली खेटरं हातात घेतली नि ती चढ चढाय लागली. गौरीचा चेहरा घामानं भिजला हुता. आईचं डोळं कुठल्या तरी तंदरीत बुडून गेलं.

चढ चढता चढता ती काळजीनं म्हणाली, "एवढं केल्यासारखं पोरगीला पसंत केली तर बरं हुईल. ...न्हाईतर आजचा दीस फुकटातच गेला म्हणायचा."

...मलाबी गौरीची काळजी लागून ऱ्हायली. तिच्या नशिबातला रोजगार सुटंल, असं वाटत न्हवतं. ...तिला बघाय येणाऱ्यानंबी कोट मागूनच आणला हुता. शेवटाला खुरप्याचं लगीन खुरप्यासंगंच हुणार, असं दिसत हुतं.

◆

जल्माचं सोनं झालं

आठ दीस मी लेकीच्या गावाला जाऊन आली.

सबंध एकचा एक दीस मोटारीत बसली. बापूरावानं आदूगरच तिकिटं काढून ठेवलेली. आचीट वाटलं. एका बाजूला टँडावर ही दाटीमिठी. माणसाला माणूस तटलेलं, मुंगी सरकायला जागा न्हाई. मोटार आली की भसाभसा जुंधळ्याचं पोतं उसवल्यागत माणसं पळायची नि मोटारीच्या दाराला येऊन डसायची. तेवढ्या दाटीमिठीतनं कंटीक्टरानं जावायाला वाट करून दिली. त्येच्या मागूमाग लेक नि मी. तिघांसाठी तीन जागा एका वळीनं ठेवलेल्या...कडंला मी. मधी लेक. लेकीच्या बाजूला जावई.

मोटार नुसती धावतेली. रानं येतेली, झाडं येतेली, नद्या, वड मागं पडतेल्या. गावामागं गावं पडतेली, मुलखामागं मुलुख पडतेला. आटंगी वनं मागं जावीत तसं वाटतेलं. तरीबी मोटार आपली धावतेली...तरीबी जावयाचा मुलूख न्हाई, लेकीचं गाव न्हाई. मन छिन्नभिन्न झालेलं. काय कळंचना.

मोटार मोठमोठ्या गावाला थांबतेली. तास झाला की मी आपली लेकीला इचारायची, "गंगू, हेच काय गं गाव?"

"न्हाई आई, अजून लांब हाय."

पुन्ना एक तासानं.

"गंगू, हेच काय गं गाव?"

"न्हाई आई, अजून लांब हाय."

कहाणीतल्या सासुरवासणीगत माझी तऱ्हा. येतील ती गावं लेकीची वाटू लागली. तीन-चार डाव लेकीला इचारलं नि गप बसून ऱ्हायली...रान, वडं, झाडं, नद्या, मुलूख बघत चालली.

दीस मावळून गेला, किनीट पडली, तास-रात झाली तरी गावाचा पत्त्या न्हाई...देवा! किती रं बाबा लांब हे गाव! अल्लक नगरीला गेल्यासारखी तऱ्हा.

...दोन तास रातीला गाव आलं. जिकडं-तिकडं आरास केल्यागत दिवं. बारीक-

मोठ्या मोटारी धावतेल्या. बाजार भरल्यागत माणसांची दाटी. सायकली, मोटारी, फटफटी पळतेल्या...सगळीजणंच गडबडीत असल्यागत धावतेली. बघायला मिळणार न्हाईत असं रस्तं रुंद. तूप सांडलं तर पुसून घ्यावं असं गुळगुळीत. अनवाणी चाललं तर घरातल्या भुईवरनं चालल्यागत वाटायचं...मनात फुगडीचं गाणं घुमाय लागलं- 'काय बाई पुन्याची तारीफूऽ तारीफुऽ! चिकणी सुपारी बारीकूऽ बारीकूऽ...' तेच हे पुनं.

बापूरावानं रिक्षा केली.

बापूरावाला म्हटलं, "कशाला रिक्षा करतासा? चालतच जाऊ की."

"नको. लांब जायाचं हाय."

"गावातल्या गावात असं किती लांब असणार? दीसभर बसून अंगबी अवघडल्यागत झालंय. जरा हातपाय मोकळं हुतील की...रिक्षा करायला का आपून तालेवाराचं हाय."

"ही ट्रंक घेणार कोण मग?"

"मी घेतो. असं काय वझं हाय तिचं. ...शंभर शंभर शेणकुटांची वझ्यांवर वझी आणताना काय हुईत न्हाई; नि एवढ्याशा टरंकनं काय हुणार हाय?"

"असलं तरी नको. गावाकडचं न्यारं नि हे न्यारं. शेरगाव हाय हे."

मी गुमान रिक्षात बसली... कवा न्हाई ते बसायला मिळालं. आता पडतीय का मग पडती, असं भ्या वाटतेलं... एक धक्का म्हटलं त रिक्षात बसत न्हाई. माणसाच्या खांद्यांवर बसून गेल्यागत वाटलं.

घर आलं. रिक्षा सोडली नि बोळाबोळातनं आत गेली.

बोळ असला तरी वाट गुळगुळीत. मोटारीच्या रस्त्यागत केलेली. एक भला दांडगा वाडा आला...आत गेलावं तर माड्यांवर माड्या, जिन्यांवर जिनं रचलेलं. रंगकाम केलेलं. वरपतोर इजेचं दिवं गेलेलं..आवडतीच्या रंगम्हालागत वाडा. मन हुरळून गेल्यागत झालं नि मी बघतच हुबी ऱ्हायली. लेक ह्या वाड्यात ऱ्हाती ह्या इचारानं जीव सुपाएवढा झाला.

बापूरावानं कुलूप काढलं नि भाकदिशी उजेड पडला. मी चमकलीच. ...इजेचा दिवा. ना खंदील ना चिमणी. काजळी मातली नगं नि भिंग पूस नगं. काड्याची पेटी अंधारात हुडकाय नगं का इस्तू हाय का बघाय नगं. लगनात न्हाईतर गुऱ्हाळात गॅसची बत्ती आणल्यागत सगळ्या घरभर उजेड पडला. बारक्या माशीपतोर सगळं त्या उजेडात दिसतेलं. मला उजाडल्यागतच वाटाय लागलं.

सगळ्या घरभर कसलं रंगीत रंगीत फोटू लावलेलं. तारखांची रंगीत तारखेटं भित्तीवर टांगलेली. न्हवरा-बायकूनं जोडीनं फोटू काढून घेटलेलं. ...अशी फुलांची कुंडी शेजारी नि लेक तिच्या शेजारी. पद्मिनी हुबी ऱ्हायल्यागत पायांत चपला

घालून हुबी ऱ्हायलेली. ...राजाच्या राणीला सुख ऱ्हाई ते लेकीला सुख.

मोटारीत बसून बसून सगळीच कट्टाळून गेली हुती. लेक बापूरावला म्हणाली, "वाईच च्या करती. गावडीकाकूकडनं वाईच दूध आणा जावा."

"मी करती थांब. तू बस." लेक कट्टाळली हुती म्हणून मी बोलली. ...हिकडं-तिकडं बघाय लागली तर कुठं जळाण ऱ्हाई का शेणकूट ऱ्हाई, लाकूड ऱ्हाई, फाटा ऱ्हाई. वाटलं, दिवाळीला म्हणून आली हुती; ते सगळं सपवून आली असतील. थोडं कुठंतरी रातच्या पुरतं असंल म्हणून चौकशी केली.

"जळणाचा खोपडा कोणचा गं?" मी इचारलं.

ती हासली.

"जळाण कुठलं गं आई शेरगावात?"

"मग सैपाक कशावर करता?"

"इस्टोवर." तिनं एकाला दोन इस्टो दावलं.

"समदा सैपाक इस्टोवर? ...राकेल पुरवठा येतं काय ग?"

"दोन वर्सं झाली, आल्यापासनं राकेलच वापरती की."

आचीट वाटलं. ...गावाकडं चिमण्यांत तेल घालाय राकेल पुरवठा येत ऱ्हाई. चूल पेटंना झाली तर खांडावर राकेल वतायचं जिवावर येतं, एक पिंट आणूस्तवर मारामार हुती. एक-एक वक्ताला धाटं जाळून उजेड करायचा नि त्येच्या उजेडात तुकडा खाऊन घ्यायची पाळी येती. पोटाचं इकत घ्यायला पैसा पुरं हुईत ऱ्हाई नि राकेलसाठी आणायचा कुठनं? आणलं की तीर्थाच्या पाण्यागत जपावं लागतं...आणि हितं तर आडाच्या पाण्यागत डबाच्या डबा आणून ठेवलेला. जळणाला म्हणून वापरायचं... बरं झालं गावाकडं जळाणकाटूक माळामुरडीनं हिंडलं की फुकट गोळा कराय येतंय. असं राकेल खर्चलं असतं तर जेवायलाबी मिळायचं ऱ्हाई. चार-पाच दीस माझं एका बाटलीवर निघत्यात, तर गंगूनं एकच्याएक बाटली एका पेटात इस्टोच्या पोटांत घाटली. कसा हिला खर्च परवडतो कुणाला दखल; ...निदान लेक एवढा खर्च करती एवढंच मनाला सुख.

दोन खोल्या. त्याबी एवढ्या एवढ्याशा. सगळ्या संसाराची अडचण झालेली. बसायचं तिथंच, सैपाक तिथंच, निजायचं बी तिथंच, सगळं दोन खोल्यांत. सामान खच्चून भरून गेलेलं. तीन-चार खोल्यांत सामान मांडून ठेवावं एवढा संसार गोळा केलेला.

आम्ही आतल्या खोलीत निजलावं. बापूराव पलीकडं निजलेला. मान वर केली तर बायका निजलेल्या दिसाव्यात, असं त्येचं हातरूण. कसंसंच वाटाय लागलं.

निजता निजता लेकीला इचारलं, "एवढा दांडगा वाडा हाय तर जरा घर मोठं घेऊनेस व्हय ग? निदान खोल्यातरी दांडग्या, ऐसपैस घ्यायच्या ऱ्हाईत?"

"जागा मिळायला नको?"

"आता साऱ्या मुलखातनं पुनं पसरलंय नि ऐसपैस जागा मिळत न्हाई?"

बापूराव बाहीर हासला. "मामी, जागा तशी रग्गड हाय. पर डिपाझिट, पागडी द्यावी लागती."

"म्हंजे काय ते?"

"म्हंजे पैसे. हजारात द्यावं लागत्यात. त्येला हिशोबच नसतो."

"इकत घ्यायची म्हणत न्हाई मी. भाड्याची म्हणती."

"इकत घ्यायचं नावच नको. जागा भाड्यानं मिळवायपायी आदूगर बक्षिसी म्हणून न्हाईतर लाच म्हणून मालकाला द्यावी लागती एवढी रक्कम."

"ते काय म्हणून?"

"आता काय म्हणून! जागाच मिळत न्हाई तर काय करता? आता ह्याच जागंला त्या भाड्यानं मिळाव्यात म्हणून एवढं पैसे दिलं की आपल्या गावात एवढ्या दोन खोल्या इकत मिळाल्या असत्या."

"ह्या एवढ्या दोन खोल्यांस्नी?"

"व्हय व्हय. तरी मालक आणखी मागत हुता. मी तेवढ्यावरच तोडलं. शिवाय म्हैन्याला भाडं द्यावं लागतं ते येगळंच. तुम्हाला त्यो हिशोब कळायचा न्हाई."

"बया बया बया! गावाकडं एवढं लावून दिलं असतसा तर ह्येच्यापेक्षा दांडगं कच्च्या इटंचं घर बांधून दिलं असतं."

"गावाकडचं न्यारं. हिकडचं न्यारं."

जागा नुसती ताब्यात मिळण्यासाठी जावयाचा चार म्हैन्यांचा पगार द्यावा लागला. शिवाय पगाराचा चौथा हिस्सा भाड्यापोटी जातो. तेवढं जाऊनच्या जाऊनबी घरबी मनासारखं न्हाई. ...जळ्ळं हे घर. गावाकडं तीन न्हाई तर चार रुपयाला भाड्यानं मिळती एवढी जागा. तेबी कवा चार चार म्हैन्यांनी मिळंल तवा भाडं द्यावं...भटा-बामणाच्या कब्जातली जागा असंल तर सारवून-सवरून फुकट ऱ्हावं...काय म्हणून हितं एवढं रुपये भरत असतील हे!...

पाटंचं जाग आली. घटकाभर कानूसा घेतला. सगळं गपगार.. कोंबडंबी कुठं भांग देतेलं ऐकू येईना. अजून बरीच रात असंल, मधीच जाग आली असंल म्हणून डोळं मिटून पडली. कवा डोळा लागला कळलंच न्हाई.

गापकन जाग आली. बाहीर चिमण्या चिवचिवतेल्या ऐकायला आल्या. भांडी-कुंडी वाजाय लागली, माणसांची बोलणी ऐकायला आली.

बापूरावाला हळूच वलांडून बाहीर आली. तर मधल्या मोकळ्या जाग्यावर दोन-तीन चाव्या. त्यांस्नी मुसांडा पाणी. माणसं आंघोळी करतेली, धुणं धुतेली, भांडी

घसतेली ...हिकडं-तिकडं बघिटलं. दारातनं बाहीर गेली तर कुठंच आडूसा दिसंना. समदीकडं माणसं नि घरंच. बोळकांड न्हाई का पडीक जागा न्हाई. तशीच परत आली.

"काय गं आई?" लेकीला चावल लागला.

"इरागतीला जायचं हुतं गं. कुणीकडं जायचं?"

"हितंच बस मोरीत."

"घरातच."

"व्हय, बाहीर आता माणसांची पाळी असंल संडासला."

"उघड्यावर न्हाई व्हय कुठं जागा?"

"उघड्यावर कुठली जागा? बस जा मोरीत नि पाणी टाक."

अवघडून कशीबशी बसली.

लेक उठली. घटकाभरानं बापूरावबी उठला. कपाटात जाऊन दोन खटकं दाबलं. माझं ध्यानच नव्हतं...अचानक टांगटूंग टांगटूंग वाजू लागलं. गाणं ऐकायला येऊ लागलं. समदं घर भरून गाणं. हाटेलागत वाटायला लागलं. सकाळच्या पारी देवाधर्माची गाणी म्हणाय लागलं. मनातल्या मनात माझी मलाच गंमत वाटायला लागली... लेक सांगत हुती, 'रेडीव घेटलाय. रेडीव घेतलाय' त्यो आज ऐकायला मिळाला. आपूआप गाणी वाजायला लागली नि आपूआप बंद व्हायला लागली. आचीट वाटलं. ...बापूराव मिसरी लावत दारात हुबा ऱ्हायला. लेक पाण्याची भांडी मोकळी कराय लागली. रेडीवकडं कुणाचंच ध्यान न्हाई. मीच खुळ्यागत बसलेली. तरी लेकीला म्हटलं, "मला ऐकून काय कळतंय गं त्यातलं?"

"कामं करत ऐकायचं. बसून ऐकाय सवड हाय कुणाला?"

ती कळशी नि बारडी घेऊन चावीला गेली. निर्मळपाणी घासून भरून घेऊन परत आली. दोन-चार खेपात घरभर पाणी झालं...हितल्या हितं पाणी. नदीला जायाला नग का आडाला जायाला नगं. काढ नगं नि वड नगं. आटलं म्हणाय नगं नि साठलं म्हणाय नगं...बरं हाय बाई शेरगावात हे.

पांढरं फटफटाय लागलं तसं माणसाची दाटी व्हायला लागली. सगळीकडनंच रेडीव गाणं म्हणाय लागलं, लगीनघरागत माणसं दिसाय लागली. दूध आलं.

च्या केला. तीन कपाला मी चिमूटभर पावडर टाकती तर लेकीनं तीन चमचं पावडर टाकून दरदरीत च्या केला. सगळ्यांनी तोंडं-धुऊन च्या प्यालावं. बापूरावानं घरातच दाढी केली. इस्टोवर पाणी तापवून न्हाणीतच अडचणीत बसून आंघूळ केली नि भित्तीकडंला लावलेली सायकल काढून घेऊन कारखान्यावर कामाला गेला. इस्तरीचं कुडतं, पेंट-पेंटीच्या आत कुडतं खवलेलं, केसाला तेल लावून भांग पाडलेला, रुमाल घेटलेला. पैशाचं पाकीट घेऊन बाहीर पडला. हापिसरागत दिसला...बरं वाटलं. नऊ नवसं केली असती तरी असला जावाई बघायला मिळाला नसता.

ती सैपाकाला बसली नि मी आंघूळीला बसली.

तिनं अंगाला लावायला वासाचा साबण दिला.

"हे घे. लाव ह्यो."

"नगं बाई. आता काय दिवाळी हाय वासाचा साबण अंगाला लावायला? का मी कोण बापी-माणूस हाय?"

"असू दे लाव. आम्ही रोज लावतो ह्यो."

"आणि परवडतोय कसा?"

"न परवडायला काय झालं? शेरगावची रीतच हाय ही."

"खुळी का काय, ग गंगू. आपली रीत आपण सोडू ने. उगंच नगं त्या गोष्टीपायी खर्च करू ने, लेकी. चार-आठ दिसांतनं दगडानं अंग घासलं, कवा डाळी-जुंधळ्याचं पीठ लावलं की अंग निर्मळ हुतंय...आपल्या सारख्याला काय करायची ही थेरं? म्हणूनच तीन तीन हजार रुपये म्हैन्याला खरच् हुतो. गावाकडं आम्हाला चार-पाच म्हैन्याला एवढं पैसे पुरत्यात."

"आगं, हितं सगळीच माणसं लावत्यात. सगळ्याबरोबर आपूण बी करायचं. लाव तू. रोज अंगाला लावायचा साबण हाय ह्यो. रेडीवोतसुद्धा असं सांगत्यात."

"नगं बाई मला."

तिनं मुद्दाम आपूणच येऊन माझ्या अंगाला घासला. हाताला घासला, पाठीवर घासला...वास घमघमायला लागला सगळ्या न्हाणीतनं. पाण्याला, फरशीला वासच...दीसभर अंग घमघमायला लागलं. मन दवण्याच्या रानागत झालं...अशी आंघूळ माझ्या बापजल्मातबी कुणाला मिळाली नसंल.

...यायच्या दिशी तर लेकीनं अंगाला तेल चोळलं. कडक कडक दोन बारड्या पाणी तापवून डुईवरनं आंघूळ घाटली. वासाचा साबण पुन्ना लावला. बाळतिणीला घालावी तशी मला आंघूळ. पुण्यातनं गावात आली, दीस उलटला तरी अंगाचा घमघमाट जाईना.

आपलंच पातळ लेकीनं नेसायला दिलं. गावाकडनं मी शिलकीचं लुगडं न्हेलं हुतं. अंगावर एक हुतंच. तर म्हणाली, "माझंच नेस आई, पातळ."

"नगं; बाई. पातळ नेसायची सवं न्हाई मला. माझं हाय की लुगडं."

"नेस की गं. शेरगाव हाय. आसपासच्या लोकांस्नी वाटंल माझीबी आई चांगल्या घरातली हाय. अंगावर धडूती जरा चांगली असली म्हंजे बरं असतं." सजावारी लेक बोलून गेली. हुरदं भरून आल्यासारखं वाटलं. जलमभर आमच्या नशिबाला रोजगार पुजलेला. खायाला धड दोन वक्ताला मिळत न्हाई नि धडूती चांगली मिळणार कुठनं? ...रोजगाऱ्याच्या पोटाला आलेली नि रोजगाऱ्याचीच बायकू झालेली बाई मी. लाज झाकायपुरतं मिळालं तरी जीव सुपाएवढा हुतो.

मन आत जडभारी झालं; पर वरवर बोलली, "नेसती बाई. निदान तुझी आई सोभावी म्हणून तरी नेसती."

नेसलं तर हलकं फूल. अंगाला चिकटून गेलं. अंगावर नसल्यागतच वाटाय लागलं. तरीबी नेसून आपली एका जाग्याला बसून ऱ्हायली. लेकीची तीन-चार पातळं शिलकीला. तीन-चार झंपरं शिलकीला. बापूरावाचंबी तसंच. तीन-चार पेंटा, तीन-चार कुडती...जरा कुठं फाटलंतर शिवलंतर शिवायचं, न्हाई तर टाकून द्यायचं. पोरं वरीसभर झाकतील एवढी धडूती मी येताना घेऊन आली. आणि काय द्यायचं लेकीनं? ...तिच्या उकीरड्यावरचं येचलं तर माझा संसार हुईल एवढं पदाक आलंय तिला तिकडं.

जेवणं झाली नि बापूरावाची भाकरी न्ह्यायला माणूस आला. लेकीनं डब्यावर डबं असलेला डबा काढला. खळणा धुतला नि सगळं येवस्थशीर घाटलं. भात घाटला, भाजी, आमटी, चपाती घाटली...रोज चपाती करती. येशेल तेल आम्हाला कवा सणासुदीचं चपात्या-पोळ्यांस्नी लावायलाबी मिळत न्हाई. तर लेक रोज चपात्या करती आणि त्याबी तेलातल्या. पिठातल्या चपातीचं नाव न्हाई.

राजाच्या घरचं खाणं मला आठ दीस मिळालं. दोन वक्ताला भात मिळाला. दोन वक्ताला चपात्या मिळाल्या, दोन्हीबी वक्ताला ताजं ताजं आन. घाई न्हाई का गडबड न्हाई. -आमचं कसं पडतं, रोजगाराला सकाळी जायचं असतं. धा-बारा भाकऱ्या थापटायच्या असत्यात. आवल-चावल कसं तरी पोटात घालावं लागतं. दोन घासांचा घास करून बिनचावताच सगळं नरड्याखाली ढकलायचं. अन्नाला चव हाय का न्हाई तेबी कळत न्हाई, एवढी घाई. तसं लेकीचं न्हाई. चवीनं भाजी, आमटी करायची. त्यात मसाला घालायचा. तेलाची फोडणी द्यायची. निर्मळ मनानं बसायला पाट मांडून, ताट घेऊन जेवायचं. दोन घास अशानं चढ गेलं. चवीनं खायला मिळालं. तिच्या जेवणाला मटणाच्या जेवणाची चव.

सांजचं पाच वाजता बापूराव कारखान्यातनं आला. एवढा नोकदार माणूस, कारखान्यात काम करतेला, पर वागायला साधा. बायकूला गावाच्या बाहीर पडू देत न्हाई. येतानाच सांजच्याला कुठनं भाजीपाला घेऊन येतो. दळून आणायचं असंल तर बापयमाणूस असूनबी गिरणीतनं दळून आणतो. खरं म्हंजे त्यो सायेब माणूस. साडेसाऽहजार रुपयं म्हैन्याला पगार. एवढा कुठल्या सायबाला तरी मिळणार हाय का? पाच-सा माणसांचा म्हैन्याचा रोजगार तिथं एकटा मिळवतो. म्हंजे पाच माणसांचं काम एकटा करतो. तरीबी सकाळी जायचं नि दोन तास दिसालाच परत यायचं. पाच वाजताच कोण सोडतं का कुणाला कामावरनं? आपल्याला दीस उगवायला जाऊन तास रातीपतोर तंगावं लागतं, तवा कुठं तीस रुपये बापयाला नि वीस रुपये बाईला मिळतो. पर तिथं तसं न्हाई. दोन तास दिसालाच सुटी. बडा

नोकरदार असल्याबिगार असं मिळतंय माणसाला?

तरी लेकीला बघायला आलं हुतं तवा लेक म्हणाली हुती; "काळा हाय, हाडकुळा हाय. मला असला न्हवरा नगं, आई." तवा मीच म्हटलं; "काळा गोरा का साखर लावून चाटायचा असतो? नोकरदार माणूस हाय. खेडेगावातनं शेरगावात नोकरीला गेलाय. तुला काय कुठं रोजगाराला जावं लागणार न्हाई. राजाच्या राणीगत घरात बसूनच खायला मिळंल. राम-किरीस्न ते काळं हुतं. पंढरीचा इठूबा का गोरा हाय? काळी जमीनच पिकावू असती लेकी, न्हाई म्हणू नगं." काय तरी समजूत घालून लेकीला लगनाला हुबी केली.

तरी लगीन होऊन पाच-सात म्हैनं झालं तरीबी लेकीचं मन रमंना झालं हुतं. "घरात बसून कट्टाळा येतोय, न्हवरा मेलमुसाच हाय, घडाघडा बोलतच न्हाई. शेजार-पाजारच्या बायका पाण्यावरनं माझ्यासंगं भांडत्यात तरी ह्यो काय बोलतच न्हाई." असं कायबाय सांगत हुती. तरीबी मीच आपली 'माझे लेकी माझी आई,' म्हणून गप करायची. वरीसभरानं हळूहळू रुळली. मग कुठं माझा जीव थारी बसला.

न्हाईतर कुठला तरी रोजगारीच तिच्या नशिबाला आला असता. उगंच रंगानं उजळ, गोरीगोमटी हाय, आमच्या रोजगाऱ्याच्या घरात बिन खपणारी हाय म्हणून बापूरावानंबी करून घेटली. हुंडा घेटला न्हाई का पांडा घेटला न्हाई. न्हाई तर त्येनं तर हिला कशाला करून घेटलं असतं? अकरावी फास झालाय. तसल्यात दोन वरसाचा कसला कोरस दिलेला. त्येला का शिकलेल्या बायका आल्या नसत्या? शेरगावात रग्गड पोरी शिकलेल्या असत्यात...उगंच खेड्यात वाढलेला, इनइवायाचाबी आग्रेव पडला की लेकानं खेड्यातलीच पोरगी करून घ्यावी, म्हणून त्येनं लेकीला पदरात घेटली. आता सात सल्दात ठेवलीया तिला त्येनं.

सांज झाली की लेकीला फिरायला न्हेतो. लेकबी रोज रांद्याच्या कंगव्यानं केसं इचरती. रोज डुईला खोबऱ्याचं तेल लावती. एक बट म्हटलं तर केसात न्हाई का एक ऊ म्हटलं तर डुईत न्हाई. निर्मळ भटाबामणावाणी ऱ्हायलीया. सांजकरून हात-पाय धुऊन, केसं इचरून बसती. थोराघरच्या पोरीगत पावडर-कुक्कू सांज-सकाळ करती...न्हवराबी कामावरनं येतो. त्येचंबी तिला बघून मन हार हुतं. कवा शनवार असंल तर सांज करून सिनीमा बघायला जोडीनं जात्यात.

...मीबी एकदा गेली. खुर्चीत बसून सिनीमा बघिटला. काय कळलं न्हाई; खरं चांगला हुता. समदं शेरगाव फिरून दावलं. बागा, नदी, पुतळं, देवळं, माणसं, बाजार पेठा, भाजीपाल्याच्या मंड्या, एस. टी. ची टँडं, आगगाडीची ठेसनं, समदं समदं दावलं. सपनात कवा बघायला मिळायचं न्हाई असलं शेरगाव बघायला मिळालं.

वनात वनं आठ वनं असावीत असा मुलूख जाता-येता बघायला मिळाला...आता काय ऱ्हाईलंय ह्या दुनियेत बघायचं? समदं बघून झालं. लेकीच्या संगतीनं माझ्या

नशिबाला हळद लागली.

सुखात सुख म्हंजे लेक आता पाच म्हैन्यांची गरवार हाय. लगीन होऊन दीड वरीस झालं हुतं तरी काय न्हवतं. माझा जीव सारखा धाकधूक होऊ लागला हुता. पोर हुतंय का न्हाई कुणाला दखल; असं वाटू लागलं हुतं. तशात हिची कुरबूर; 'न्हवरा असाच हाय, तसाच हाय.' वाटलं; पोरीचं नशीब फुटकं निघालं की काय?

पर देवानं बघिटलं नि पोरीला दीस गेलं. तिचं बाळतपण आता तिथंच शेरगावात करायचं. बापूरावाच्या वळखीचं डाक्टर हाईत; दवाखान्यात बिनघोर बाळतपण करत्यात. आठ-धा दीस ठेवून घेत्यात नि मग घराकडं लावून देत्यात.

...माझ्या घराकडं बाळतपणाला आणून काय उपयोग? काय मिळणार लेकीला हितं? हितं आम्हांलाच आन शिजवायला जळाण न्हाई नि मग लेकीचं, लेकराचं पाणी तापवणार कशानं? बाजल्याबुडी शेगडी घालणार कशाची? बाळतीण बाई म्हटल्यावर तिच्या पोटाला वक्तशीर घाटलं तरी पाहिजे. चारीचीज दिलं पाहिजे. तशात लेक तर शेरगावात ऱ्हायलेली. नाजूक झालीया. चारी चीज खाऊन तिचा पिंड सुखात वाढाय लागलाय. मग त्या सुखाच्या जिवाला दुःखाचा बिब्बा घालायला हिकडं आणू कशाला? काय मिळणार हाय तिला हितं?

उलट मीच म्हटलं, "सातवा म्हैना लागल्यावर मीच येती हिकडं. दोन-तीन म्हैनं ऱ्हाती. सगळं बाळतपण, व्हय-न्हव करती. मग जाती. तेवढंच लेकीला सुख...माझ्याबी जिवाला तेवढं सुख." दोन वक्ताला मला पोटभर खायाला मिळंल, निदान उपास तरी कवा घडणार न्हाई. तेवढंच दोन-तीन म्हैनं सुख खाऊन येईन. तेवढाच माझ्या जल्मात मला इस्वाटा मिळायचा. न्हाईतर रोज एकाच्या बांधाला वनवन भटकायचं हाईच की. ते काय चुकतं?... लेकीचं बाळतपण नि आईला सुख, असली तऱ्हा माझी.

◆

पोटुसंपण

पोटुशापणात सगळं अवघडून जातंय. हात-पाय जड झाल्यागत हुत्यात. काम कायबी नसतं. नुसतं बसून ऱ्हायाचं. घरातनं हिकडं-तिकडं वरची कामं करत हिंडायचं. 'लोटती' म्हटलं तर लोटू द्यायला सासू तयार नसती. सुनंबरोबर तिचंबी मन कापसाच्या बोंडागत उमलून आलेलं असतं. तिला वाटतं, आपल्यालाच नातू हुणार हाय. आपल्याच पोटात जल्माला येतोय; दिसा-मासानं थोरला हुतोय...सासूच्या अशा वागण्याची गंमत वाटती. जलमभर छळणारी सासू अशी पोटुशापणात मळलेल्या पिठागत मऊ येती...अशा वक्ताला तिची भाकरी धमाधमा थापटावी. चांगली पनपापुद्रा पातळ करावी. फुरं म्हणूस्तवर तव्यावर व्हरपळावी; तरीबी खरपूस लागंल.

घर कसं फुलागत झालेलं असतं. सगळी लक्ष्मीगत जपत्यात. हातातनं कामं काढून घेत्यात. ...त्येंचं जपणं तर नुसतं डोळ्यांनी चाललेलं. ते बघून आतल्या आत समदा जीव झुलत बसतोय.

हे सारखंसारखं नगं वाटतं. सवं नसती. उठल्याबरोबर कामाला हात घालावा, घसाघसा लोटावं, घर निर्मळ करावं, गोठ्यात जाऊन शेणं भरावीत, म्हशीची धार काढावी; असं कायतरी होऊन जातं. ...मी एकटी बसली तर समदं घर बसल्यागत हुतं. दीस उगवायला घर दर्पाणागत व्हायचं ते दीड दोन तास दिसापतोर केर निघत न्हाई. गोठ्यात शेणं तशीच पडत्यात. बिनघासताच नुसतं खळबळून शिळ्या भांड्यात च्याला आधाण चढतं...अशा वक्ताला नुसतं बसून ऱ्हायाचं. एखाद्या वक्ती हात शिवशिवत्यात. पर उपयोग न्हाई.

सातवा म्हैना लागल्यापासनं सोमवार करावा लागतो. सकाळी लौकर उठून आंघूळ करायची नि शिवंच्या म्हादेवाला जाऊन यायचं.
सासूबाई लौकर जायाला सांगती. दीस उगवायच्या आदूगरची हवा अंगाला लागावी म्हणती. मी नि धाकटी नणंद तांदूळ, बेलाची पानं घेऊन जातो. गावाबाहीर गेल्यावर दीस धरतीच्या पोटातनं येतेला दिसतो. कमळाचं लाल फूल पाण्यावर यावं तसा.

...आभाळ सवासनीगत मळवट भरलेलं. डुईवर जरीच्या मोरांचा पदर घेटलेलं. त्येच्यावर किरणं नाचतेली. किरणं पडली की झाडं मनातल्या मनात हासतेली. देवळाचा कळस गर्भारशीच्या गळ्यातल्या पुतळ्यागत झगमगतेला....सगळं बघून सुख-सुख वाटतं. सूर्व्यनारायणाला तिथंच नमस्कार घडतो. म्हादेवाच्या पिंडीवर बेलाची पानं पडत्यात. घटकाभर देवाच्या दारी मनानं भिक्षा मागत बसायची नि बेतानं पावलं पाठीमागं वळवायची...

जेवणं झाली की दुपारी मऊ वाकाळ हातरणं नि अबदार पालखी ठेवल्यागत तिच्यावर उताणं पडणं. नीज लागली की मनात सगळं पाळणंच हलत्यात. सगळ्या देवळातलं रामजलम एका जागीच चालल्यागत वाटतं. ...पोरगाच असंल. कुणासारखा असंल? त्येंच्यासारखा का माझ्यासारखा? माझा गोरा रंग त्येला यावा. त्येंचं नाक असावं. तसाच आडव्या हाडाचा. नऊ म्हैन्यात दात यावंत. धाव्या-अकराव्या म्हैन्यात चालावा. घरभर हुंदडावा. बडबड बडबडावा- असं काय तरी.

उनं मंद झाली की उठणं. उठून तोंड धुऊन दर्पाण घेऊन इच्चरणं करत बसणं...माझं मलाच दर्पाणात बघत बसावं असं वटतेलं. आतापतोरच्या हुब्या जल्मात अंगावर कांती आली नव्हती अशी आलेली. करपलेलं अंग नितळत-निवळत गेलेलं. पिवळ्या हळदीगत रंग येत गेलेला. डोळं ढोवाच्या पाण्यागत शांत. गाल वर येऊन हाडं मुजलेली. ऊर उसउसत गुबार झालेला. चोळी कचतेली. गाठ सोडून सैल करावी अशी वाटतेली...आणिक वाटायचं, आताच डोळ्यांत काजळ घालावं. जरासा लांब पदर काढावा. पोटातलं बाळ मांडीवर घ्यावं. पदरानं झाकावं. ऊर मोकळं करत उदंड उदंड व्हावं...

कामं न्हाईत म्हणून हात थंड हुईत जात्यात. अंगातला हालपिलीपणा निवत जातोय. पायांच्या चंप्यांत शिंसं भरल्यागत वाटाय लागतंय. कुणी 'ऊठ' म्हणत न्हाई का 'हे कर, ते कर' म्हणून सांगत न्हाई. सगळं मनाचं राज...पोटातल्या जिवाची चांगली वाढ व्हावी म्हणून चांगलं खायला मिळतं. सालभर उपाशी मेल्याचा वजावटा निघतो. अंग केळीच्या कोक्यागत फुगाय लागतं. कवळ्या पानागत नाजूक व्हायला लागतं. एक दीस वाटतं, खरंच आपूण केळ व्हावं. परड्यात हुबं ऱ्हावं. आपल्या अंगातनं पिवळी पिवळी गोरटेली पानं सुरळीनं फुटावीत. ऊन अंगावर घ्यावं...शंभर केळांचा घड त्येंच्या हातात द्यावा. नि साठ जल्मांतलं गर्भारपणाचं सुख एकदम एका जल्मात भोगावं...केळीला आपली शंभर केळं मांडीवर घेऊन पाजता आली असती तर तिला न्यारंच सुख मिळालं असतं. एका जल्मात एकदाच एवढी पोरं जल्माला घालून मोकळं हुताना तिला उदंड वाटत असंल. – मन हल्लक झालं म्हंजे असं काय तरी वाटाय लागतं.

धाकटं दीर, नणंदा शेजारची पोरं घेऊन दारात खेळत्यात. दारातनं सोप्यात

येत्यात. जिवाला तेवढीच करमणूक म्हणून बघत बसायचं...हुंबऱ्यावर बसावं वाटतं. मग हळूहळू पाय उचलत, पिवळ्या-गोऱ्या हुईत चाललेल्या हातातली हिरवी काकणं मागं-फुडं सारत हुंबऱ्यापतोर जायचं. हुंबऱ्यावर बसायचं न्हाई. कुणी बघिटलं तर बरं दिसत न्हाई ते. मग हुंबऱ्याच्या आतल्या बाजूला टेकायचं....हुंबऱ्याला डावी मांडी भरपूर लावावी नि दाराला टेकून गडद बसावं. मांडीवर पोट इस्वाटा घ्यायला टेकतं. पोरांच्या खेळण्याकडं बारीक नजर लागती. ...घटकाभर वाटतं, लेकरांचं डोळं आपल्या डोळ्यांतनं येऊन बघत बसत असतील. घटकाभर वाटतं, ते पोटाच्या पदराआड मांडीवर पडून बघत असंल, खेळत असंल...आत पोटाला डुशी दिल्यावर मन थाऱ्यावर येतं. धाड धाड धाड पोरं पळत येत्यात. जीव घाबरा-घुबरा हुतो. ...आता कोण पोटावर पडतं काय हे! ...तसं हुईत न्हाई. पर तसं हुईल म्हणून आत जावं असं वाटतं. पोट उचलत उठायचं. डुलत डुलत थंडगार ढवळ्या गाईगत जायाचं.

सासू गाईची धार काढून येती. वासरू तसंच सुटलेलं असतं.

"वासरू प्यालं असंल तर तेवढं गुतपाळून ये, ग. उगंच परड्यातनं उड्या मारतंय. सगळ्या शेणींवर नाचून चुथडा करंल."

दोन म्हैन्यांचं वासरू. खरं वारं होऊन सगळ्या परड्यातनं हुंदडतंय... लोण्याच्या गोळ्याचं केल्यागत मऊमऊ अंग. सायीगत चकचकीत बाळसं. नागाच्या पातळ फडीगत हिकडं-तिकडं सारखं बघणारं कान. उरासंगट धरावं असं वाटतं... पर मग धक्का लागंल. भ्या वाटतं.

कसं तरी बांधती. गाईची धार झाल्यावर त्येला एक थान आबूट सोडलेलं असतं. तोंडाला फेस येईस्तवर ते पितं. भूक लागलेली असती. चराचरा चोखतं. पर ते थान सपल्यावर गाईच्या कासंतलं दूधच सपतं. पिसवी मोकळी हुती. तरी ते कास सोडत न्हाई... मलाबी ओढवत न्हाई.

...एक दीस असंच झालं. पाटंचं परसाकडला गेली हुती. परत येत हुती. परड्यातल्या छपरात वासरू सुटलं हुतं. चराचरा गाईला पीत हुतं... हिकडं-तिकडं बघत भराभरा गाईनं पान्हेव सोडलेला. मला बघून ती कावरीबावरी झालेली... तिला वाटलं, आता कासंतलं वासरू जाणार. वासरू तर नुसतं दुधाची धार होऊन दूध पितेलं... मी काणाडोळा करून तशीच घाबऱ्या-घुबऱ्या फुडं गेली... सासू गडद निजलेली.

सकाळी तिनं गाईला धमामा मारलं. गाय 'चुकलं, चुकलं' म्हणून मनातल्या मनात धाऽदा सासूच्या पाया पडली असंल. पर तिचं मन कळणार कुणाला? तिला मारल्यावर सासूनं वासराच्या पेकटात कमाऽमा दोन-चार खोपर घाटलं... माझं मन आतल्या आत चेचल्यागत झालं.

मळा गावंदरीकडंलाच असला म्हंजे एक बरं असतं. सांजकरून तिकडं फिरत

जायला तरी येतं. पाय मोकळं करायचंबी निमित्त नि त्यांस्नी सांजेचा च्या पोचता करायचंबी निमित्त... पावलं हळूहळू उमलत पडायची. माती सावकाश झेलायची... घाणेरीच्या फुलांचं कुक्कू भांगात घाटलेली वाट.... कुठं कुठं कणसं निसवलेली. काखंत कणसांच्या घोणच्या घेऊन बसलेला मक्का... सगळ्या रानाला डुवाळंजेवण केल्यागत समदं हिरवं हिरवं... डोळं निवायचं. वाटायचं, या पोराबाळांच्या रानासाठी इडं घालावंत, कुवारण्या पुजाव्यात... ताशा-सनई वाजवून बारसं करावं.

धनी मोटंवर असत्यात. त्येंच्या बघण्यातबी फरक पडलेला. मोट मारतानं नुसतं बघतच बसत्यात. इतकींदी हाका मारल्या तरी बघायला तयार व्हायचं न्हाईत.

परवादिशी च्या घेऊन गेली तर म्हणालं, "तू कशाला येतीस? घरात कोण च्या आणून द्यायला न्हाई का काय?"

"मीच आली पाय मोकळं कराय. एका जागी बसून बसून दुखत्यात. मुंग्या येत्यात."

"मग दाबून घ्यावंत कुणाकडनं तरी."

"तसं कसं? तसं दुखत न्हाईत ते. फिरून जरा मोकळं केलं म्हंजे झालं."

च्या ऊन करून दिला तरी मलाच घे म्हणणं... भांगलण करताना मोड जपावा तसं जपणं.

"कणसं भाजून देऊ?"

मी गप बसती... कवा न्हाई ते असं बोलणं आल्यावर नवतीचं न्हवरा-बायकूपण लगीन झाल्यावर भोगायला मिळालं न्हाई ते भोगावं असं वाटतं... मळ्यातबी घरचं कोण नसतं.

मी गपच बसल्यावर त्यांस्नी माझं मन कळतं.

"थांब, कणसं आणतो."

"नगं. मी आणती. मोट थांबवू नका. आट गेल्यावर गडी उगंच धावंवर येऊन गमज्या बघायचा."

वावरात गेली तर मक्का ठेल लागलेला. गिड्ड्या बांध्याचा. कणसं कवळीलूस. एकएका मक्याच्या काखंत दोन-दोन, तीन-तीन कणसं.

...दोन कणसं मोडल्यावर मोडायलाच नगं वाटू लागलं. भारी चिवट. तरीबी मोडली. धाटाची काख मोकळी मोकळी दिसाय लागली. पानाचा पदर मोडून खाली पडला. जिवात गलबलल्यागत झालं. ही कणसं म्हंजे... कवळंलूस रेसमी जावळ घेऊन आईची काख सुखवत बसलेली पोरं.

त्येंचा पाला सोलून त्यांस्नी उलटंसुदीक केलं न्हाई. मान बिनधरलेल्या लेकाराला जपावं तशी जपत, पाची कणसं एका जागी काखंत घेऊन मोटंकडं आली.

पाटाचं पाणी झुळूझुळू झुळूझुळू व्हातेलं. जितरापाचं पोट भरलं असतानासुदीक

त्येच्या वाकुऱ्याच्या तोंडात सरकतेलं. वाकुरं तुडुंब भरून जायचं. बाळाच्या गालावरनं दूध सांडावं तसं बोदावरनं पाणी सांडायचं... गडी भरपूर पाणी पाजतेला. त्येंनी त्येला सांगिटलेलं. नुकताच पावसुळा सरलेला. हिरीला पाणी भरपूर. पिकंबी आपल्या पोराबाळांस्नी अंगाखांद्यावर पोसवून घेणारी. मोट वर यायची नि आपलं भरलेलं ऊर भडाडा मोकळं करायची. डोणग्यात पाण्याला पांढराफेक फेस यायचा. पाट खिदळायचा... वाटलं, पाण्यातनं जावं.

हळूच जोडव्याचं पातळ पाय पाटाच्या पाण्यात ठेवलं. पहिल्या पान्हेवाला मूल पिताना उराला हुतील तशा पायांला गुदगुल्या झाल्या. मनावर कायबी वझं न्हाई. काम न्हाई. जीव फुलल्यागत झाला. बाळपण आठवलं. घटकाभर वाटलं, पाण्यासंग मस्ती करावी. हुंदाड्या माराव्यात. त्येला शिपडावं... पर दुसरं मन म्हणालं, सावकास... आता तुझं बाळपण आणखी कुणाला तर दे. जपून चाल... तशीच चालत वावरापासनं धावंपतोर गेली.

सकाळी सासूबाई आता रोज देवाची पूजा करायला सांगती, मलाबी करावीशी वाटती, काय कामबी नसतं. सावकास करत बसती. पहिलंगत गडबड न्हाई... नव्यानं लगीन होऊन आली त्या वक्ताला चार-पाच म्हैनं सासूनं पूजा कराय सांगिटली. तवा सासू मिरच्या घासल्यागत तडतडा बोलायची. देवाकडं गेली न्हाई तवर, ''झालं का न्हाई ग? किती उशीर ह्यो? का गावाचं द्याव घेऊन धूत बसलीस? आटीप लौकर.''

तवा भाराभर कामं पडलेली असायची. त्यात उठ-सूट आंघूळ कर ते देवाची पूजा. मीबी बदाबदा एका कडंनं हात मारून द्याव ताम्हणात पाडून घ्यायची. पाण्यातनं काढून तशीच कटाकटा बोलत जागच्या जाग्याला ठेवायची. कान सारखा सासूबाईकडंच. देवाकडं ध्यान न्हाईच... एखाद्या वक्ताला ताम्हणात देव तसाच ऱ्हायाचा. परड्यात पाणी टाकायला गेली की दिसायचा. मग हळूच कमरंला खवून देव्हाऱ्यात पुन्हा आणून ठेवायचा. अशी तऱ्हा...

पर आता तसं हुईत न्हाई. देव ताम्हणात घेती. निर्मळ धुती... देवाचं मोठं मोठं डोळं माझ्याकडं बघत बसल्यागत वाटतं. त्यांस्नी काय तरी बरंच कळलेलं असतं. त्यांस्नी कळलेलं मला कळत न्हाई. ते कळावं म्हणून तर त्येंची पूजा...

''सांगा बाबांनू, पोरगा का पोरगी हुणार ते.''

... देव नुसतं हासत्यात. मन गयावया हुतं... पोरगाच होऊ दे. माझ्या मालकाला सुख लागंल. त्येंचं म्हातारपण अंगावर उतरायच्या आत ल्योक दांडगा होऊन राबायला येईल. वंसाला पहिला दिवा लागंल. सासूलाबी मी लक्ष्मीगत वाटीन. मला सुखानं भाकरी खाऊ देईल. तिच्या आंब्याच्या झाडाला आंबं लागतील. मला सालभर राखण करत तूप-रोटी खायला मिळंल. त्या सावलीत सुखानं जगीन.

बाऽ बरोबर ल्योक आईलाबी मानंल, जतन करंल.– लेक झाली तर दोघींच्याबी नशिबांची खापरं फुटतील. म्हैनाभरसुदीक घरात ऱ्हायला मिळायचं न्हाई. कोंडाभाकरी खाऊन रातध्याऽ मळ्यात राबावं लागंल. पोरीला बुट्टीत निजवून झाडाबुडी वनवासी पाखरागत ठेवावी लागंल. जलमभर सासू दोघींस्नी फोडून खाईल नि माझ्या हाडांचा चुना होऊन जाईल...

असं काय तरी मनात येतं नि देवांस्नी जास्तच अबदार धूत बसती. पदरानं पुसती. पिठाच्या साळुत्यानं दिवळी निर्मळ लोटून वस्तर हातरती नि बिनधक्का लावता जोतिबाला पालखीत बसीवल्यागत त्यांस्नी ठेवती.

परड्यातल्या कण्हीरीची नि जायशिळीची फुलं तोडून आणती. ती फुलंबी आताशा तोडवत न्हाईत... आईजवळ आपआपली लेकरं असावीत असं वाटतं. त्यांत काय काय फुलं तर पदराआड पिणाऱ्या बाळागत दडून बसलेली. ती मग तशीच ठेवती. अगदी फुलून गेलेली तेवढी हळूच खुडती. तशीच देवाच्या पायांवर घालती... त्यांतनंच माझंबी फूल देवराया, तुझ्या पायांवर. ते सुकू देऊ नगं, मुकू देऊ नगं. तुझी पूजा सती-सावित्री होऊन जलम जलम करीन...

◆

वाकळ

त्यानं पंधरा दिवसांची रजा काढली. चारएक दिवस मुलं आणि पत्नी यांना घेऊन गणपतीपुळ्याला निवांत जाऊन आला. त्या मोकळ्या झाडीच्या हिरव्या निसर्गात श्वास घेताना त्याला ताजंताजं वाटू लागलं. सगळं घरदार उल्हसित होऊन परतलं. आपल्या गावाकडं जाण्याचा त्यानं अगोदरच बेत आखलेला. पण परत आल्यावर पत्नीनं गावाकडं येण्याची नाराजी दाखविली.

"चल ना चार दिवस राहून येऊ. मुलांनाही बरं वाटेल." त्यानं विनंती केली.

"नको आता, मुलांना शाळा आहेत. आपण चार दिवस गणपतीपुळ्याला जाऊन आलोच की. उगीच माझ्या सगळ्या रजा वाया जातात." तिनं काहीतरी निमित्त काढलं.

"अगं, आपण आपल्या स्वतःच्या गावी जाऊन येतोय. यात काय वाया जाणार आहे?"

"पण नको आता. प्लीज." तिची अजीजी.

"का? कारण तरी काय?"

"कंटाळा येतो."

"कसला?"

"आता कसला! येतो एवढं खरं."

"कारणं तरी काय आहेत कळू दे ना मला. बघू तरी निवारता आली तर." तिनं खूप आढेवेढे घेतले. पण त्यानं आग्रहच धरला.

"सांगितलं तर तुम्हाला आवडणार नाही."

"आवडेल. सांग तू. मला कळलं तरी पाहिजे."

"खरं सांगायचं तर तुमचं गाव सगळं गलिच्छ आहे. उघड्यावर पडणारं सांडपाणी, धुळीचे रस्ते, ओंगळवाण्या, अस्वच्छ ढोरांची ये-जा. उघडे गोठे, रस्त्यावरच पडलेले शेणांचे ढीग, उकिरडे, घोंगावणाऱ्या माशा, कुबट वास... एक ना दोन, सगळं मला असह्य होतंय. म्हणून म्हणते, तुम्ही जाऊन या."

"आई जन्मभर तिथेच राहते, जया." त्याच्या बोलण्याला किंचित पीळ पडला.

"कशा राहतात देव जाणे!" तिचा उद्गार.

"माझाही अर्धाअधिक जन्म तिथंच गेलाय. भावंडंही तिथंच वाढलीत. सारी खेडी अशीच असतात नि तिथली माणसं त्यांतच जगतात."

"शी! मला नाही ते सहन होत. गुरं तिथंच गोठ्यात हगतात, मुततात नि लगेच पलीकडंच स्वैपाकघर. जराही आरोग्याचा सेन्स नाही. घर म्हणायचं की काय ते!"

"तिथं काय जन्मभर आपण राहणार नाही. आपली माणसं आहेत; म्हणून जाऊ या. निदान त्यांना भेटून तरी आलं पाहिजे."

"मग या ना तुम्ही जाऊन, तुमच्या माणसांना भेटून. मी कुठं नको म्हटलंय?"

ती तिकडं जाऊ इच्छित नव्हती, हे त्याच्या लक्षात आलं. त्याला मात्र घराची ओढ लागलेली. ज्या मातीचा तो घडला त्याच मातीचे अनेक पिंड त्या भूमीवर नांदत असल्याची सुप्त जाणीव मनात वास करून होती. एस.एस.सी. पर्यंत त्याच खेड्यात राहिलेला. नंतर चार वर्षे कोल्हापुरात कॉलेजसाठी. त्यानंतर नोकरीनिमित्त जे पुण्यात आला ते शहरवासी होऊन राहिला. मधूनच गावची ओढ लागे. आईभावंडांना भेटून यावंसं वाटे. दोन दिवस त्या पांढऱ्या मातीच्या विटांच्या घरात राहून येण्याचे डोहाळे लागत. जाऊन आला की पुन्हा सरकारी नोकरीत जीव रमे. तिला बँकेची नोकरी. त्याच्यापेक्षा तिला पगार थोडा जास्तच. आंतरजातीय प्रेमविवाह. गरीब ब्राह्मणाघरची पोर. हा मोठा. दोन मुलं अमित-अनुपमा. इंग्रजी माध्यमाच्या शाळेत शिकत असलेली. सगळं कसं घरासमोरच्या गुलमोहरासारखं ठीक चाललं होतं.

उद्या एकच्या गाडीनं तो फुलवाडला जाणार होता. आदल्या दिवशी आलेल्या पत्रानं आणखीनच अस्वस्थ झालेला. आईनं एक मागणी केली होती. "येताना तिथं जुनी फाटकी कापडं असतील ती घेऊन ये. थंडीचं दीस जवळ आल्यात. वाकाळ शिवायला घालावी म्हणतोय. मला आता म्हातारपणी थंड आवरत न्हाई. वाकळंनं अंगात ऊब येती नि जिवाला आराम मिळतो. तवा सगळी जुनी सुती कापडं बिन-इसरता घेऊन ये." असा मजकूर त्यात होता.

आदल्या दिवशी संध्याकाळी जया बँकेतून परत आल्यावर त्यानं आईचं आलेलं पत्र तिच्या समोर टाकलं.

"आईचं पत्र आलंय, वाच. मोठं गंमतशीर आहे." तिनं वाचलं.

"पुन्हा जुनीच भुणभुण लावलेली दिसतेय त्यांनी. तुम्ही एकदाचं सांगून का टाकत नाही त्यांना की, आता वाकळ वापरायचं बंद करा म्हणून?"

"तिची जुनी सवय आहे. आता कुठली ती जायला आलीय?"

“मग सुती कापडाच्या चिंध्या कुठल्या नेणार? पुण्याहून फुलवाडपर्यंतच्या पावणेदोनशे मैलांच्या प्रवासात का तुम्ही चिंध्याचं गाठोडं बरोबर बाळगणार?”

“त्याला काय होतंय? आईसाठी म्हणून त्या न्यायच्या आहेत.”

तिला हसू फुटलं. “आईसाठी चिंध्यांचं पार्सल? वा! छान.”

“तुझ्या दृष्टीनं त्या चिंध्या आहेत. पण तिच्या जीवनमरणाचा प्रश्न आहे. थंडीचे दिवस आता येतील. त्या दिवसांत तिच्या अंगाला ऊब हवी असते. सत्तरीच्या पुढं गेलीय ती. या वयात अंगावर चरबी, मांस नसतं. त्यात उष्णता निर्माण होत नाही. हाडापर्यंत गारठा शिरतो. तू हसतेस तेवढा साधा प्रश्न नाही हा.”

“ते मान्य आहे. पण तुम्हाला कळत नाही का? त्यांच्यासाठी एखादा उबदार रग घेऊन जा. आता दिवाळी महिनाभरावर आली. तिथनं पुढं थंडीचा कडाका सुरू होणार. तेवढ्यात वाकळ शिवून होणार आहे त्यांची? वय झालंय, डोळ्यांनाही धड दिसत नसावं. अशा वेळी त्यांना वाकळ शिवण्याचं श्रम कशाला करायला भाग पाडता? उद्या सकाळी चटकन एक रग घेऊन या मार्केटमधनं. दहाबारा वर्षे पुन्हा बघायला नको.”

ती क्षणभर थांबली आणि आठवण झाल्यासारखी होऊन म्हणाली, “आणि काय हो, गेल्या वर्षापूर्वी जानेवारीत तर तुम्ही आईसाठी म्हणून दोन मोठ्या चादरी नेल्या होत्या ना?”

“बहुधा तिनं त्या दोन्ही लेकींना देऊन टाकल्या असतील.”

“त्यांचं ते नेहमीचं आहे. तुमच्याकडचं मागून घ्यायंच नि लेकींना दान करायचं. नेऊ नका या वेळी रग. प्रत्येक वेळी हे काय म्हणायचं? तुम्ही प्रत्येक दिवाळीला बहिणींना काही ना काही देताच. पुन्हा हे आणि कशाला? नेहमी नेहमी आपणाला हे परवडणारं नाही. बहिणीचं बहिणींनी आता पाहावं. लग्नं झाली आहेत त्यांची.”

“परिस्थिती गरिबीची आहे त्यांची.”

“असली तरी ज्यानं त्यानं आपापल्या परिस्थितीवर मात करावी. आपणालाही मुलं आहेत. त्यांचं अजून सगळं काही व्हायचं आहे.”

तो काहीच बोलला नाही. कारण बोललेलं काही तिला पटण्यासारखं नव्हतं. गावाकडचे सारेच प्रश्न भेसूर होते. ते तिला कितीही सांगितले तरी कळण्यासारखे नव्हते.

सकाळी उठून तो तिला म्हणाला, “जया, काही जुनी सुती कपडे, चिंध्या असतील तर काढून ठेव. दुपारी एकच्या गाडीनं मला जायचंय.”

“घरात सुती कपड्यांच्या चिंध्या आहेत कुठं? आपण सगळेच टेरिकॉटचे, टेरिलिनचे कपडे वापरतो ना?”

"ज्या काही थोड्या असतील त्या दे. जुनी काही कपडे सुती असतील ना?"

"फार थोडी असतील ती मला पाहिजे आहेत."

"कशाला?"

"अहो, मोलकरणीला फरशी, ओटा, डायनिंग टेबल पुसायला लागतात. सिंथेटिक धाग्याच्या कपड्यांत पाणी कुठं जिरतंय? असल्या कपड्यांनी कितीही पुसलं तरी फरशी कोरडी होत नाही. सुती कपडा फरशी पुसायला पाहिजे म्हणून केवळ तेवढ्यासाठी मी घरात वापरायला वर्षातनं दोन सुती पातळं आणते. तुमचा एखाद-दुसरा लेंगा पडतो. तेवढेच सुती कपडे."

तो मुकाट बसून राहिला.

"तुम्ही असं करा, एक रग घेऊन जा आणि त्यांना सगळं सुधारून सांगा."

"जया, तू फरशी पुसण्यासाठी सुती कपड्यांचा वापर फार करतेस. एकदोनदा वापरलेला कपडा पुन्हा न वापरता फेकून देतेस." तो नाराजीनं बोलला.

"पुन्हा ती फडकी वापरता येत नाहीत."

"का? साबण लावून पुन्हा धुऊन काढायची. मोलकरीण करू शकते ते काम. तुला काहीच त्रास पडणार नाही."

"मी ती तीनचार वेळा वापरते. मग साबण लावल्यावरसुद्धा स्वच्छ होत नाहीत. त्यांना तेलकटपणामुळं, मळकटपणामुळं, सांडलेली दुधं वगैरे पुसल्यामुळं चिकटपणा आलेला असतो. कितीही साबण लावला तरी तो चिकटपणा जात नाही. मग फेकूनच द्यावी लागतात. तुम्ही आपले एक रग घेऊन जा. बाकीची दगदग करू नका."

काहीबाही बोलणी झाली. मुलं शाळेला गेली. ती निरोप घेऊन बँकेत गेली.

त्याला कधी नव्हे ते एकटेपण खायला उठलं... आपण गावी जाणार याचं कुणालाच काही नाही. जयाला हे सगळं का समजू नये, हे कळत नाही. अमित-अनूनं 'बाबा, मला गावाकडनं ऊस, शेंगा घेऊन या.' म्हणून सुद्धा सांगितलं नाही. ती आपली 'टाटा' करून निघून गेली. 'टाटा' म्हणजे नेमकं काय कुणास ठाऊक? ती 'टाटा' म्हणतात म्हणून आपणही 'टाटा' म्हणायचं. माझ्या गावाविषयी त्यांनाही काहीच वाटत नाही. गावाकडं त्यांच्या बापाची आई आहे, भाऊबहिणी आहेत, आपलं जसं घर आहे तसं तिकडंही बाबांचं एक घर आहे. काका-काकू आहेत, आत्या आहेत, म्हैस आहे, आपल्या शेतात शेंगा आहेत, कुठून का असेना पण मागून आणून आजी आपल्याला ऊस देते. तिथं किती तरी आहे. याची काहीच जाणीव यांना नाही. गोफणीतल्या दगडासारखी गेली आपली. गोफणीशी काही देणं नाही, घेणं नाही. आश्चर्य आहे...

...मला आजाआजी बघायला मिळाले नाहीत, याचं किती वाईट वाटतंय.

आजी नाही याची बालपणात किती रुखरुख लागत होती. यांना त्याचं काहीच नाही. नुसती कॉमिक्स वाचत, कागदी रंगीत चित्रं बघत बसतात. काय ही पोरं!...

त्याला जुनी आठवण झाली...

'जयू, आईनं ओल्या शेंगा नि ऊस दिलाय. माझ्या सुनेला नि नातूनातीला 'खायला दे' म्हणून सांगितलंय. 'तेवढीच माझी आठवण काढतील' असं म्हणाली.''

''एवढं ओझं कशाला आणत बसताय एवढ्या लांबून? त्यांचं त्यांना खाऊ द्या तिथं. सुना, नातवंडं तिथं नाहीत का त्यांना? इथं मंडईत ऊसशेंगा भरपूर मिळतात आपणाला. 'मनासारखं आम्ही इथं भरपूर खात आहोत.' म्हणून सांगता येत नाही का तुम्हांला?''

''अगं, सांगितलं, पण म्हणाली, 'असू दे. हेबी घेऊन जा.''

''आणि तुम्ही आणलंत, असंच ना? आता हे फुटतील का ऊस मुलांना? रविवारपर्यंत शेंगा शिळ्या होणार त्या. दोन-तीन दिवस अगोदरच काढलेल्या असणार.''

''शेंगाऊस कधी शिळे होत नसतात, जयू.''

''शेंगा सुकतात. ऊस रंगण्याची क्रिया तिसऱ्याच दिवसापासनं सुरू होत असते, माहिती आहे?''

...आपण काहीच बोललो नाही. काय बोलणार? सासूचं प्रेम भाग्य वाटायचं ते कटकट वाटतीय हिला. कौटुंबिक जिव्हाळा, लळा ही काय समजून सांगायची गोष्ट आहे? कळण्याची मुळातच अक्कल लागते. सगळ्याच गोष्टी व्यवहाराच्या पातळीवर आणून ठेवते... हिच्या मात्र स्वच्छ आई-बापांना, ओठांचे सुकून पापड झालेल्या, सतत सिगारेटनं तोंडाचं धुराडं करणाऱ्या लुकड्या भावाला मात्र मी अगत्य दाखवायचं. 'या या' म्हणायचं. आपण घोडचूक केली. चुकीच्या मुलीशी लग्न केलं. मातीपासनं दूर नेणारी, धुळीचे कण इस्त्रीनं जाळून काढणारी धुवट संस्कृती हिची. गरिबाला कचऱ्यात काढणारी हिची रीत. नुसती सावलीत बसून नोकरी करत खायला आणि राहायला पाहिजे.

... आपणही पहिल्यांदा मातीतल्या कष्टाला भिऊन पळालोच हुतो. अजूनही मनातनं पळू बघतोय. वांझोट्यासारखा जगू बघतोय.

त्याचं डोकं भिरीभिरी फिरू लागलं म्हणून तो उठला. समोर अंथरुणं-पांघरुणं घड्या घालून ठेवलेली दिसली. औरंगाबादी सिल्कच्या मऊसूत चादरी, हलके हलके वाटणारे, धुवायला सोपे जाणारे तसलेच बेडशीट्स, ऊलनच्या शाली, सतरंज्या, भरपूर अंथरुणं-पांघरुणं पण त्यांतलं एकही त्याच्या आईच्या वाकळेला उपयोगाचं नव्हतं.

मनात काही विचार करून तो अनु-अमितच्या खोलीत गेला, त्या खोलीत एक

जुनं, पाण्याचं निरुपयोगी बॅरेल होतं. त्यात जुनेपाने कपडे गठळ्यात बांधून टाकलेले असतात, याची त्याला आठवण झाली होती.

त्यानं जाऊन त्यातली दोन्ही गठळी काढली. भराभरा सोडून खालीवर केली. कशानं तरी मधेच भोक पडलेल्या, चपलात अडकून घड्या, काठ खिसलेल्या, केवळ जुन्या झाल्या म्हणून टाकलेल्या, सुरेख रंगाच्या आणि डिझाइन्सच्या तिच्या साड्या, हुक तुटलेले, खांद्यावर किंचित विरलेले ब्लाऊझेस, मुलांचे रंगीबेरंगी धडसेच पण थिटे झालेले कपडे, इस्त्रीत जळालेल्या, बसताना खिसलेल्या, उसवलेल्या त्याच्या पँटा आणि मॅनेले त्यानं उलथेपालथे करून बघितले. आईच्या वाकळेच्या उपयोगी पडेल, असं काहीच नव्हतं.

"...आईचा तरी एवढा हट्ट कशासाठी? आता लोकांच्या वापरातनं सुती कपडे नाहीतरी कमीच झालीत. मिळतील ती जुनी कपडे घ्यायला नि त्यांची चौकोनी ठिगळं काढून वाकळ भरायला काय होतंय?" तो स्वतःशीच पुटपुटला.

गठळ्यांच्याही खाली बॅरेलच्या अंधारात काही पडलेलं त्याला दिसलं. वाकून त्यात हात घालून त्यानं तेही उपसून वर काढलं. त्यात त्याला त्याचे दोन लेंगे, जयाची दोन परकरं, सुती ब्लाऊझेस, एक सुती पलंगपोस मिळाले. त्याला आनंद झाला. त्यानं ते बाजूला काढून दोन्ही गाठोडी होती तशी बांधली नि बॅरेलमध्ये ठेवून दिली. मिळालेले सुती कपडे घड्या घालून एका पिशवीत भरले.

साडेबारा वाजले होते. रिक्षा करून स्टँडला जायला निदान पंधरा एक मिनिटं लागणार होती. पंधरा मिनिटं हातात हवीतच. उठलं पाहिजे.

सुटकेस नि दोन पिशव्या घेऊन तो बाहेर पडला. दारातल्या गुलमोहरानं हलून झुलून 'टाटा' केला. 'लौकर या' म्हणून खुणावलं. तो निघाला.

रात्री कोल्हापुरात मुक्काम करून दोन्ही भावांना नि जुन्या एक-दोन मित्रांना भेटून, मित्राच्याच दुकानातील एक रग आणि आईजोगं एक ढाबळी लुगडं घेऊन तो सकाळी आठच्या गाडीनं फुलवाडला जायला निघाला.

गाडीनं वेग घेतला होता. धूळ उडत होती. त्याच्या लक्षात आलं की फुलवाडच्या माळरस्त्याच्या दोन्ही बाजूंनी गुलमोहराची झाडं लावली आहेत. पावसाळ्यात त्यांनी चांगला जीव धरलेला दिसला. लाल फुलांची, नाजूक फांद्यापानांची झाडं... पुण्यात सगळी असलीच झाडं. त्याला आनंद झाला... दोन्ही बाजूंनी वाढली तर भर उन्हाळ्यात माळावर उठून दिसतील... माळाच्या तांबूळ मातीचा रंग, वर आभाळाचा निळा रंग, मधे ही हिरवीगार लाल नक्षीची, वाऱ्यावर झिळमिळणारी देखणी झाडं. गावच्या या रस्त्याला शोभा येईल, असं दिसतंय. जयाला आवडू लागेल ही सासरची वाट. पैलं हीच वाट माळाच्या दुंगणातल्या लंगोटीगत दिसायची, तशी आता दिसणार नाही... माळतळ्याच्या काठावरचं चिंध्यादेवीचं वनवासी झाड त्याला

दिसलं. नकळत त्याचे हात जोडले गेले. एकटीच माळावर युगंयुगं बसलेली चिंधूबाई... "कशी हाईस गं माये?" गावाची शीव आल्याची जाणीव त्याला झाली.

गावाकडनं कोल्हापूरच्या दिशेला जाणारा एक ट्रॅक्टर उसाच्या दोन ट्रॉल्या भरून घुरघुरत चालला होता. त्यावर मान्याचा भीमा ड्रायव्हर म्हणून बसलेला त्याला दिसला. दलदुप्पट झालेला. कपड्यांना मातीचाच रंग चढलेला. मातीचाच पिंड करून ट्रॅक्टरवर बसवल्यागत दिसत होता. जयवंतानं आपल्या त्या दोस्ताला हात बाहेर काढून हलवला. पण त्याचं लक्ष नव्हतं. किती दांडगा दिसतोय. आपल्या वारगीचा. बरोबरीनं शिकला तरी मातीतच राहिला. दहापंधरा एकरांची बागायती सोडून कशाला नोकरी करंल?...

दूध भरलेल्या मोटार-सायकली कोल्हापूरच्या दिशेनं जाताना दिसत होत्या. पाच-सहा तरी दिसल्या. भाजीपाल्याची गठळी बांधून साताठ सायकली त्याच दिशेनं तरणी पोरं रेटत होती. सुभान टकल्याच्या पोराची बैलगाडी हिरव्या मिरच्यांची आठ-दहा पोती घेऊन जाताना दिसली. त्याला बरं वाटलं. लोक उद्योग करू लागले आहेत. पूर्वी कोल्हापूरला सगळ्या गावाची मिळून एखादी बैलगाडी शनवारी संध्याकाळी निघायची. ऐतवारच्या कोल्हापूरच्या बाजारात भाजीपाला घालायची नि काही काही खरेदी करून परतायची... आता ही रोजची पळापळ दिसती...

कोपऱ्यावर गाडी गावात शिरताना त्याच्या नजरेत ती चिंच आली. गावाबाहेर शाळेला जाताना तिच्या विस्तीर्ण गार सावलीत त्यानं अनेक खेळ मांडले होते. जागच्या जागी ती नुसती पांजरण होऊन उभी राहिलेली. जुन्या गावाची जुनी सोबतीण. चालत येणाऱ्या वाटसरूंची सावलीदारीण. त्याच्या जुन्या आठवणींनी मनात उचल खाल्ली. प्रत्येक वर्षी गावमावलीची जत्रा या चिंचेच्या सावलीत मोकळ्या रानात भरत होती. सगळं गाव चिंचेच्या साक्षीनं खाई, पिई, मजा मारी. सांजेला परत जाई. त्यामुळं सगळ्या गावाला ही चिंचच महामावली वाटे. पोरांबाळांसाठी पदराची सावली पसरून उभी राहिल्याचा भास होई.

गाडीतनं उतरून घरापर्यंत जाईस्तवर तिघेचौघेजण मित्र भेटले. उभ्या उभ्याच दोन दोन मिनिटं गप्पा झाल्या. काशीनाथ नाळ्यानं त्याला सोडलाच नाही. कमी दुधाचा का असेना पण घरात नेऊन त्याला चहा पाजला. घटकाभर गप्पा मारल्या. आस्थेनं चौकशी केली नि मग उठला.

गावातली रोजगारी माणसं कामाला जाताना दिसत होती. गाव बदलताना दिसत होतं, पण माणसं थकत चाललेली दिसत होती. त्यांच्या अंगावरचं चरबी-मांसाचं पांघरूण कुणीतरी अज्ञात शक्ती पळवून नेत आहे, त्याचा पत्ता या लोकांना लागतही नाही, ती आपली नुसती कष्टं करताहेत, असा काही तरी विचार त्याच्या मनात तरळून गेला.

...एवढं धन कोल्हापूरला गेलं. त्येच्या पैशांचं काय हुतंय? का हितल्यांच्या तोंडातलं ते पळवलेलं घास हाईत? त्याला शंका येऊ लागली... एस.टी. ट्रॅक्टर नव्हतं तवा गावातलं धन गावात ऱ्हाईत हुतं. गावापुरती स्वस्ताई असायची. म्हणून गोरगरिबाला तरी खायला मिळत हुतं. आता रस्ता आला नि सगळं चांगलं चांगलं कोल्हापूरला पळवलं जाऊ लागलंय. त्याला काशीनाथचे बोल छळू लागले. "शेरगावची माणसं हितं येऊन आमचं रगतबी पळवून न्ह्यायला लागल्यात. गोरगरीब चार पैसं घेऊन तेबी आता इकाय लागलंय. जगावं तरी कसं?" कुठं तरी गणित चुकल्यासारखं वाटू लागलं.

तो घराच्या दिशेनं झपाझप चालू लागला. लांब लांब टांगा टाकत उंबऱ्यात जाऊन उभा राहिला. सुपीक मातीच्या ढेकळागत काळाभोर रंग असलेली त्याची आई रस्त्याकडं खोल डोळं लावून बसली होती. शेजारच्या दोन्ही गावच्या बहिणी थोरला भाऊ येणार आहे म्हणताना माहेरला आल्या होत्या, विधवा बहीण चंपा आता थकल्यागत दिसत होती. सगळ्या कशा कष्टानं काळवंडून गेल्या होत्या, तरी आनंदित दिसत होत्या.

"गौरे, बरं हाय नव्हं?" समोर पाणी घेऊन आलेल्या गौरीला त्यानं विचारलं.

"हाय की, बरं नसायला काय झालं?" पाण्याचा तांब्या ठेवून ती म्हणाली. आल्या आल्या आपली चौकशी केली म्हणून तिचं हृदय भरून आलं.

"गंगे, तुझं गं?"

"माझंबी हाय बरं." त्याला बाकीचं कशाला सांगायचं असा तिचा विचार.

"माझी सून, नातवंडं कशी हाईत रं बाबा?" मधल्या चौकटीला टेकून बसलेल्या आईचा आवाज आला.

"झकास हाईत. त्यांस्नी काय झालंय?" त्याची नजर आईवर खिळली. वाळून कोळ झालेला बाभळीचा ओंडका बसवावा तशी ती चौकटीला टेकलेली.

"आम्हांस्नी वाटलं, रातीच येतोस का काय की."

"न्हाई आलो. म्हटलं, सदा-म्हादालाबी भेटून घ्यावं म्हणून त्येच्याकडं ऱ्हायलो." गौरीनं आणलेल्या पाण्याचा घोट घेऊन तो म्हणाला.

सगळे सोप्यात येऊन बसले. पुष्कळ वर्षं सतत पीक घेतलेली काळी जमीन जशी निःसत्त्व व्हावी, तशी आई त्याच्या नजरेला दिसत होती. त्याचे डोळे ओले व्हायची वेळ आली पण त्यानं तो आवंढा पोटात तसाच दाबला. आनंदी वातावरण सगळं गढूळ होऊन जाईल, असं वाटलं. त्याला ते नको होतं.

हातपाय धुण्याच्या निमित्तानं तो उठला नि तोंडावर, डोळ्यांवर पाणी थापलं. तोवर गौरीनं सगळ्यांसाठी चहा केला. गप्पा-गोष्टी करत त्यानं चहा घेतला.

"हे तुला लुगडं आणलंय नि ह्यो थंडीत पांघरायला रग."

त्यानं आईसाठी आणलेलं लुगडं नि रग बाहेर काढले. भोवतीनं सगळ्या बहिणी जवळ आल्या. आईवरच्या दादाच्या मायेनं सगळ्यांची सुकलेली तोंडं पिकलेल्या आंब्यागत झाली.

त्यानं खास आईसाठी आणलेलं गठळं पिशवीसकट आईच्या ताब्यात दिलं. ''हे तुला काय सोनंरूपं पाहिजे हुतं ते आणलंय.''

''सोनं रूपं?'' गंगानं आश्चर्यानं विचारलं.

''हां! सोनंरूपं. खास आईनं मागणी केली, म्हणून आणलंय. सोडायचं न्हाई ते. आई, कुठं तरी लांब पेटीत जपून ठेव गं ते.'' तो कौतुकानं बोलू लागला.

कुणालाच काही कळेना की त्यानं गठळ्यातनं काय आणलंय.

''सोड गं गंगे, गठळं. बघू तरी काय हाय. जल्मात कवा हात लावायला मिळाला न्हाई. निदान नुसता हात तरी लावू. बघू तरी हाताला कसं सोनंरूपं लागतंय ते.''

''मऊ मऊ काय तरी लागतंय, बाई. सोडू काय गा, दादा?''

''आईची परवानगी असंल तर सोडा. मला काय इचारू नका.''

''सोडू काय, गं आई?''

''सोडा की. मला तरी कुठं ठावं हाय त्यात काय हाय ते.''

पोरींनी उत्सुकतेनं गठळं सोडलं नि त्यातनं सोपा भरून सोन्यारूप्याचं हासू खळखळलं.

रात्री आईनं पांघरूण घातलेल्या गरीब वाकळेच्या मऊसूत उबीत दीड-दोन वर्षांची दीर्घ झोप घेऊन सकाळी तो उठला... दीड-दोन वर्षांत येणंच झालं नव्हतं.

''रात्री दगडागत नीज आली हुती बघ. अगदी काळझोप लागल्यागत झालं हुतं.'' उत्साहानं आईला म्हणाला.

''पुण्यागत गाड्या, कारखानं, टरक ह्येंची धडधड न्हाई का खडखड न्हाई. खेडंगाव हे. रात निवान्त असती.'' आई शांतपणे बोलली.

मऊमऊ वाकळ तशीच त्वचेसारखी अंगावर धरून तो भिंतीला टेकून बसला, घटकाभर गुमानच गेला.

हळूच आई म्हणाली, ''रग कशाला आणलास ह्यो? किती पडलं ह्येला?''

''पडलं माप पाचशे रुपये. तुला काय करायचं ते? ऊब येती न्हवं त्येच्यातनं?''

''ऊब येती खरं. वाकळंगत अंगाबरोबर चिकटत न्हाई नि मऊबी न्हाई. खरखरीत लागतोय. रातभर मला नीजच आली न्हाई त्यात. नगं नगं म्हटलं तर लेकींनी बळंनं माझ्या अंगावर घातला हुता.''

बसल्या बसल्या 'हूं हूं' करत त्यानं अंगाभोवतीनं वाकळ जास्तच गच्च लपेटून घेतली. तिला सदाम्हादाच्या सदऱ्यांचे चौकोनी तुकडे, गौरागंगाच्या जुन्या झालेल्या

लुगड्यांचे केलेलं आतलं अस्तर, आईच्या ढाबळी लुगड्याचे नक्षीदार काठ चारी बाजूंनी जडवलेले. जुनी जुनी वाकळ.

रगाचा खरखरीत कोरडेपणा त्याला जाणवत होता तरी तो म्हणाला, "पत्रात तू लिहिलं हुतंस, येताना वाकळंसाठी चिंध्या आण?" म्हणून मला वाटलं, थंडीत तुला पांघरूण नसावं. म्हणून रग आणला."

"ह्यो तुझा तू परत न्हे जा. एवढ्या म्हागातला रग पांघरला तर मला नीजच यायची न्हाई. तू, तुझी बायकू, माझी नातवंडं पांघरा जावा तिकडं. ह्या रगाच्या बदली आणखी बोचकंभर जुनी कापडं, न्हाई तर चिंध्या आणल्या असत्यास तर रग्गड झालं असतं."

"अडचण तर तीच हाय. पुण्याला आता घरात सुती कापडंच कुणी वापरत न्हाई. ती टेरीनबिरीनच्या सिंथेटिक धाग्यांच्या साड्या वापरती. पोरांचं तसंच झालंय. मला तर नोकरीला जाताना सुती कापडापेक्षा असली कापडंच बरी पडत्यात. मग कुठं तिचा ब्लाऊझ, परकर, माझी विजार एवढंच सुती कापड उरतंय तर तेबी तिला फरशी पुसायला लागतंय. मग तुझ्या वाकळंसाठी चिंध्या, कापडं आणू कुठली? तुला सिंथेटिक धाग्याची कापडं आणली तर चालत न्हाईत."

"ती नगंत बाबा, मला. त्येंची वाकाळ नीट हुईत न्हाई. खरखरीत हुती. पांघरल्यावरबी अंगावर खाज उठाय लागती. थंडबी आवरत न्हाई. उन्हाळ्यात असल्या चिंध्यांची वाकाळ ऊन नि थंडीच्या दिसांत थंडगार लागती. काय उपयोग तिचा?"

"सदा-म्हादाकडनं का आणत न्हाईस सुती कापडं? सारखं आपलं मलाच कशाला सांगतीस?"

"सदा-म्हादा शाणं असतं तर मग कशाला? तू नुसता सायेब झालाईस, तर ते सात-सायेब झाल्यात, त्येंच्या घरात आता बॉट कापलं तरीबी सुती कापडाची चिंधी मिळत न्हाई. काय मागू मग त्येंच्याकडं?"

"आई, आता तुला रगाचीच सवय करावी लागणार." तो गंभीरपणानं म्हणाला.

"नगं बाबा, त्यो रग. आपली वाकाळ ती वाकाळच बघ. तिची सर तुझ्या रगालाबी न्हाई नि चादरीवर चादरी दोनतीन घेटल्या तरी त्यास्नीबी न्हाई."

"का? चादरी तर सुती कापडाच्याच असत्यात. दोन चादरी एकमेकींवर घेऊन पांघरल्या की कसलीबी थंडी असली तरी ती आत शिरत न्हाई. भारीपैकी चादरी हाईत त्या."

"असल्या तरी अंगावर घेतल्यावर हलक्याफूल लागत्यात. वाकळंची तऱ्हा न्यारी असती. कितीबी उन्हाळा असू, पावसुळा असू, न्हाई तर थंडाळा असू, वाकाळ ती वाकाळच. उन्हाळ्यात अंगाला गार लागती, पावसुळ्यात कोमट लागती नि

थंडाळ्यात उबदार लागती आणि फडक्यांच्या तुकड्या तुकड्याला तुमच्या आठवणी येत्यात. अंगावर घेटल्यावर कशी माझी पोरंबाळं, लेकीसुना, नातवंडं माझ्याजवळ असल्यागत वाटत्यात. घोळक्यात बसल्यागत वाटतं. म्हणून तुला म्हटलं हुतं जुनी कापडं, चिंध्या घेऊन ये तर तू ह्यो रग घेऊन आलास. ह्येला का पांघरूण म्हणायचं?''

त्याला काय बोलावं तेच कळेना.

चंपानं आणून दिलेला ताज्या दुधाचा दरदरीत चहा पीत तो उंबऱ्यावर बसला. किती तरी दिवसांनी आकडी दुधाचा चहा मिळाला होता. पुण्यात 'आकडी दूध' हा प्रकारच नाहीसा झालेला. चव घेत घेत तो गरम चहा पीत होता. जुनी चव जिभेवर जागवीत होता. पोटाबरोबर मनही पांघरुणाखालच्या शरीरागत उबदार होत चाललेलं. उंबऱ्यातनं गल्ली दिसत होती. हाडांच्या नांगटांसारखी दिसणारी माणसं उठून उद्योगाला लगालगा चाललेली. अंगांवर कापडाच्या चिंध्या. कुणाकुणाच्या अंगावर मागून आणलेलं टेरीन, टेरलिनही दिसत होतं. ते इथंही आल्याचं बघून त्याला आश्चर्य वाटलं. बायकांच्या अंगावर जुनेरंही धडशी दिसत नव्हती.

त्याला आपल्या पुण्याच्या घरातली बोचकी आठवली...

तीबी धडोती हितं आणली असती तर बरं झालं असतं. पुण्यात असल्या धडोत्यांचं ढीगच्या ढीग असणार. येणाजाणाऱ्या मोकळ्या ट्रकातनं हिकडं नुसती पार्सलं पाठवायची. निदान अशी तरी गावाची सेवा करता यील... गावालाच एक पांघरूण आणायला पाहिजे हुतं... कोण आणणार?

अंगावरच्या झुरळाला झटकावं तसं त्यानं डोकं झटकलं. पण पुन्हा घटकाभरानं झुरळाची जळू झाली. त्याच्या मनाला झोंबू लागली... निदान आईसाठी तरी आपण जुनी सुती कापडं, चिंध्या गोळा केल्या पाहिजेत. आईची वाकळंची सवय जुनी हाय. पैल्यापासनंच जुनी फडकी, चिंध्या गोळा करून ठेवती. पर्तेकाला पांघरायला हौसंनं गोंडं लावून वाकळा करती. आपण तिला पहिल्यांदा भरपूर जुनी फडकी लावून दिली. त्या वक्ताला एवढं काय जाणवत न्हवतं. पर आता अवघड हुईत चाललंय, निदान आईसाठी तरी आता सुती कापडं वापरली पाहिजेत, फाडली पाहिजेत. न्हाई तर गावात पिकणाऱ्या कापसालाबी उद्या कुणी कुत्रंसुदीक इचारायचं न्हाई. मग ह्या गावाच्या रानाचंबी पांघरूण जाईल. रान उघडं पडंल. आई उघडी पडंल. फाडलेली कापडं जपून ट्रंकांत ठेवली पाहिजेत. येतानं आणली पाहिजेत. त्या चिंध्यादेवीलाबी एक चिंधी बांधली पाहिजे. न्हाई तर सारी सारी सारीऽऽऽ थंडीत काकडून मरतील... एक क्षणभर त्याला गरगरल्यागत झालं नि पुन्हा त्यानं डोक्याला दोनतीन झटकं दिलं. हातात चहाचा मोकळा कप थरथरत होता. नकळत त्यानं तो जिभेवर आलेल्या चवीसारखा घट्ट धरून ठेवला.

दोनतीन दिवसांचा मुक्काम संपला नि तो परत जायला निघाला. ओल्या शेंगा नि उसाच्या कांड्या 'नको नको' म्हणतानाही आईनं पिशवीत भरल्याच. एवढी एवढीशी पिशवी पण सात जन्माचं ओझं झाल्यागत होऊन तो जायला बाहेर पडला. त्याचा चेहरा चिमणीएवढा झाला.

गाडी गाव सोडताना वळणावरची चिंच त्याला पुन्हा भेटली... एवढा पावसुळा होऊन गेला तरी ह्या मावलीला एकबी पानफूल कसं फुटलं न्हाई. डेरेदार असायची; ती उघडीनागडी पडल्यागत दिसती. अंगाखांद्यावर सगळ्या गावाची पोरं नि आभाळंघरचं पाव्हणं बसायचं. पर आता नुसतं जळाण झालंय. कुणीबी यावं नि आपल्या भाकऱ्या भाजायला लुटून न्ह्यावं अशी तऱ्हा झालीय. अशी कशी एकदम झडली! हिला वाळवी लागली की हिचं पुण्यच सपलं?

चढ चढून घरघरत गाडी माळावर आली नि तळ्याजवळची चिंध्यादेवी अचानक दिसली. त्यानं पुन्हा नकळत हात जोडले. यंदा पाऊस कमी झाल्यामुळं तळ्यात फारच थोडं पाणी दिसत होतं. तरीही चिंध्यादेवीच्या झाडशेंड्यावर बसलेली एक टिटवी तहानल्यासारखी, जोरात ओरडत होती... चिंध्यादेवीच तहान लागून पाण्यासाठी ओरडतेय, असं वाटू लागलं. हिला असली कसली तहान लागली असंल? हिच्याभवतीनं सगळ्या चिंध्याच चिंध्या पसरल्यात, मधी ही. हिला गावासाठी वाकाळ शिवायची तर नसंल? कुणी तरी सुईदोरा ह्या गावमावलीला आणून दिला पाहिजे.

पुन्हा त्याला ती जळू झोंबू लागली. अधून मधून त्याचं रक्त शोषू लागली. गाडीनं वेग घेतला होता. माळाला लागली होती. गुलमोहराची रोपं दोन्ही बाजूंनी डोलत होती... उद्या गुलमोहराचं दीस येणार. लाल फुलांचं, हिरव्या कोमल पानांचं दीस. सावली नि फळं देऊ न शकणाऱ्या झाडांचं दीस... चिंचेचं दीस गेलं. आता आमचे संसार टेरलिनच्या कृत्रिम धाग्यांचे. गणगोतांच्या आठवणींनी गजबजलेल्या वाकळेचे दीस जाणार. ऊस-शेंगांची तर इज्जतच नाही... वानवळ्यातली अडाणी माणुसकी तुला कधीच नाही कळायची, जया! आणि आई, तूबी ह्या काळाच्या महापुरात पांघरुणासकट व्हावून जायाचं आता. सदा-म्हादा आणि मीबी तुला वाचवू शकणार न्हाई. आमची पिढी खुडूक झालीय आता.

भोवरे फिरावेत तशी गाडीची चाकं घोंगावत होती नि पुण्याच्या दिशेनं तो खेचला जात होता. तांबूळ रस्ता एस.टी. खाली इतक्या वेगानं येत होता की माळाच्या दुंगणातली लंगोटीच कुणी तरी जोरानं ओढून नेतंय, असं त्याला वाटू लागलं.

◆

राखण

चिरमुरेवाला आपली ढकलगाडी घेऊन "चिन्मुरे" करत ओरडत आला. सिरमी उंबऱ्यावरनं यंत्रासारखी उठली. चिरमुरंवाल्यापुढं तिनं हात पसरला. त्यानं नेहमीप्रमाणे तिला चिरमुऱ्याची एक मूठ दिली. तिनं तिथंच तोबरा भरला नि निम्मी मूठ घेऊन परत फिरली.

गोदू भाजीचं देठ टाकायला बाहेर आलेली. तिनं ते बघितलं नि तिच्या पाठीत धपाटा घातला. "किती येळा सांगायचं तसं मागू ने म्हणून?"

धपाटा खाऊन ती गप्पच.

"आरं मनू, तुला तरी किती वेळा सांगायचं रं बाबा? द्यायचं असलं तर इकत देत जा."

"असू दे. खुळं हाय. त्येला मूठभर देऊन का माझं कमी हुणार हाय?"

"कायम हाय की हे. आता ही का रांड ल्हानगी हाय व्हय?" गोदू निघून गेली.

सिरमी तशी देखणी नव्हती. पण वयात आल्यामुळं उठून दिसू लागलेली. खुळी होती, तरी शरीर शहाण्यागत समजूतदार झालेलं. आपला धर्म धरून वाढलेलं. केसं विस्कटलेली. आई दोन-तीन दिवसांतनं एकदा विंचरी. त्यामुळं बटा डोळ्यांवर, गालावर येत. चेहऱ्याला उद्दाम खुलावट देत. गाल गुबार होऊन किंचित वर उचललेले. चेहऱ्याला लांबट गोलाई आलेली. डोळे पूर्वी दृष्टिहीन वाटत. पण आता काहीतरी शोधणारे, खोल डोहागत वाटू लागले. छाती बघितल्यावर तरुण पोरं झणझणून निघू लागली.

तिची आई तिला लुगडं-पातळ नेसवत नसे. परकर-झंपरच असायचं. तेही चार-चार, पाच-पाच दिवस बदललं जायचं नाही.

छातीवर झंपरच्या आतल्या अंगाला गोलाई येत चाललेली. बाहेरचा तेवढाच गोल भाग जास्त मळकट होई. फाफरणारी काया माणसांचं लक्ष खिळवून टाकी... काय खुळी पोर उफाडलीय. कसं व्हायचं हिचं?

आई घरात असली म्हणजे पुढच्या दाराच्या उंबऱ्यावर ती बसून राही. गल्लीनं

खेळणारी बारकी पोरं तिला जाता जाता चिडवत,

"एऽ सिरमे, तुझा दाल्ला आला बघ हणबर गल्लीनं."

ती त्यांच्या पाठी लागे. बारकं खडं भिरकटे.

पण आता ती उंबऱ्यावर बसून राहते. पोरांकडं बघून हासते. सहसा बाहेर जात नाही. घरात अंग जडावल्यागत बसते. थोराड हाड अलीकडं चांगलंच वाढल्यागत दिसत होतं. गोदूला काळजी वाटत होती.

"एरंडागत पोरगी फाफरत चाललीया. किती वाढती कुणाला दखल?"

"वाढू दे तिकडं... वय हाय; वाढायचीच. तशात खुळं. ना घोर ना चिंता. काया वाढती त्येला काय करणार? ऊस न्हाई वाढत वरीसभरात चारपाच हात उच्च?"

"काळजी वाटती जिवाला. एवढी दांडगी पोर घरात कशी ठेवायची?"

"तिचं का लगीन करणार हाईस व्हय तू? कोण करून घेणार हाय तुझ्या लेकीला? असाच कोण तरी खुळा पिऱ्या काढला पाहिजे." गोपाळा हासून बायकोलाच खुळ्यात काढी. तिच्याही चेहऱ्यावर थोडं हासू फुटे. नवऱ्याच्या अशा आधारामुळं तेवढ्यापुरती काळजी दूर झाल्यागत वाटे.

पण मनोमन गोदूला लेकीची काळजी पूर्वीपासनं वाटत होती. वाट काय काढावी तिला कळायचंच नाही. दिवस जात होते नि तिच्या समोर सिरमी खतवड रानातल्या उसासारखी वाढत होती. गोदू खचून जात होती.

लहानपणीची काळजी थोडी वेगळी होती. तेवढ्यापुरत्या कटकटी निर्माण व्हायच्या. कुठंही जायची. कितीही रात झाली तरी तिला घरी जायचं भान नसायचं. कुणाच्याही घरात जाऊन काही तरी चाललेलं बघत बसे. सणगर गल्लीतल्या सणगरांच्या बायका सूत उकलायच्या, ताने काढायच्या, सुताला खळ लावून नळ्या भरायच्या; ते ती खुशाल बघत बसायची. कुठं गल्लीत काही चाललेलं असलं की खुळी सुरमी तिथं उभी राहिलेली आहेच.

...गल्लीत गोट्यांनी खेळणाऱ्या पोरांच्या गोट्या, छन्न्या गटारीत पडायच्या. गटारीत घाण नि काळं पाणी कोपराएवढं खोल असायचं. खेळ बघत बसलेल्या सिरमीला पोरं म्हणायची,

"सिरमे, एवढी घोटी काढ ग. तुला खेळात घेतो."

ती परकर वर धरून गटारीत उतरायची. पोरं दाखवतील तिथं घाणीत हात घालायची. तळातली बचकभर घाण वरती काढायची. पोरं ती काटक्यांनी पसरून गोटी सापडती का बघायची. एखाद्या वेळेस गोटी सापडायची, नाहीतर नाही.

गोटी सापडली तर पोरं तिला सांगायची; "जा. घराकडं जा नि हात-पाय धुऊन ये जा, तुला खेळात घेतो."

घराकडं तसे हात-पाय घेऊन गेल्यावर आई तिला बडवून काढायची नि पोरं दारातनं गंमत बघायची.

एकदा ती गावात कुठं सापडेना. गोदूनं, गोपाळानं, दिन्या-गण्यानं सारं गाव पालथं घातलं. तिचा पत्ता नाही. सांजचं चार-पाच वाजता गोपाळाच्या डोक्यात कसा उजेड पडला कुणाला दखल? त्यानं सकाळी गावातनं गेलेल्या दिंडीच्या दिशेनं सायकल हाणली नि रात्री आठ-नऊच्या सुमाराला तिला डब्बल सीट बसवून घेऊन आला... आईनं तिला धमामा बडवून काढलं.

''कशाला देवानं माझ्या पोटाला असलं खुळं कावरं घाटलंय कुणाला ठावं?'' दिवसभराच्या काळजीनं ती वैतागली होती.

''खुळी हाईस तू. आपल्या पोटाला असं रूप घेऊन देवच एखाद्या वक्ती आपली परक्षा करतोय... गेल्या जल्माचं भोग भोगायचं असत्यात. असं मारत जाऊ नगं पोरीला.'' गोपाळा मधी पडला.

''रग्गड भोगला भोग आता. तशीच जाऊ द्यायची पंढरीच्या वाटंला.''

''काय तुला जड पडतीया ग ती? दोन वक्ताला खातंय एवढंच न्हवं?''

''आठ दिसाला वाख धुऊन काढल्यागत डुई धुवावी लागती. चार दिसांत अंगावरची कापडं तेल्याच्या कुडत्यागत हुत्यात. कुणी करायचं हे समदं? कवा गुंगारा देऊन गेली की तासतास, दोन दोन तास गावभर भमक्या मारत हिंडावं लागतं. तुम्ही आपलं खुश्शाल खाऊन मळ्यात निजतासा. तुम्हाला काय.''

''लईच तुसास पडला तर खोलीत कोंडून घालत जा.''

गोदूला मग कधी कधी तसंही करावं लागे. कधी दोन तास तर कधी दुपारभरही... सिरमी अंधारात गप बसलेली. तर कधी खोपड्यात धुंगत मान घालून, पाय पोटाशी घालून, झोपलेली असे.

पण आता या कटकटी कमी झाल्या. तिनं दोन वक्ताला भरपूर खाल्लं. हाड बळकट ठेवलं. गावभर गल्लीतनं फिरणं कमी झालं. आईनं लोटून काढ म्हटलं की ती काढे. भरून दिलेली राख उकीरड्यावर टाकून येई. बसून भांडी घासे. जळण आणून देई... पण एखाद्या वेळी एकच भांडं तासतासभर घासे. राख टाकायला गेली की तिथंच न्याहळत बसे. लोटणं तसंच राहून भिंतीवर चढणाऱ्या मुंग्या मारी. गोदू कपाळावर हात मारून उरलेली कामं करी.

तिनं जेवणं आटोपली. सिरमीला जेवायला पोटभर घातलं. तिची दुपारची भाकरी गोठ्यात नेऊन ठेवली. मळ्याकडं जायला जेवणाची पाटी भरली. तिला गोठ्यात ठेवून सांगितलं, ''कुठं जाऊ नगं. परड्यातच बस. खेळ, केळीच्या घडांवर नजर ठेव. कोण तरी कापून न्हेतील बघ. जीवच घेईन परत आल्यावर.''

ताकीद देऊन तिनं दार लावलं. म्होरच्या बाजूनं दाराला कुलूप लावलं नि पाटी

डुईवर घेऊन मळ्याला गेली.

परड्यातल्या दोन्ही पेरवीला पेरू लागलेले. अजून तसे आले नव्हते, पण मोठे झाले होते. आसपासची पोरं त्यावर नेहमी टपलेली. दोन केळी व्याल्या होत्या. त्यांचे घडही आठ-पंधरा दिसांत काढावेत असे झालेले. एका कडेला सैल पानांचा शेवगा आपल्याच नादात फुलून आलेला. या झाडांच्या सावल्या परड्यातनं पसरलेल्या. तिच्यातनं कोंबड्या किडं-मुंगी खात, कधी जवळचा उकीरडा विस्कटत चरतेल्या.

...या सगळ्यांवर सिरमीची खुळी नजर. ती सावलीतनं दिवसभर काही-बाही करतेली. मांगाची पोरं गराड्यावरनं पेरू काढायला उड्या मारू लागली की तिच्या आईनं साठवून ठेवलेली दगडं ती भिरकटतेली... आईला या परड्याची फार मोठी काळजी.

दुपार रणरणतेली. परसाकडचं टंबरेल घेऊन ती परड्याच्या बाहेर कुसवाकडेला जाऊन बसली. लहान मुलासारखंच परकर वर धरून बसे. मातीत खेळत, डुकरं बघत रमली की तासतासभर तिथंच. अशीच त्या वेळीही रमली.

बुरडाचा पर्ब्या चांभारवाड्याकडनं गावात येत होता. कुसवाकडेला बसलेली सिरमी त्याला दिसली नि अचानक त्याचं रक्त उकळायला लागलं... आसपास कुणीच नव्हतं. चाहूल घेत तो तिथंच तिच्याकडं बघत उभा राहिला. ती आपल्या नादात दंग.

"सिरमेऽ." त्याचा खालचा आवाज.

तिनं वर बघितलं. पर्ब्या नुसताच बघत उभा. ती त्याच्याकडं बघून हसली... सणगराच्या वळणावर कुणाची तरी गाडी खडखडताना दिसली नि पर्ब्या तिथनं लगालगा पुढं हलला... गाडी कुसवापासनं दोन-तीन कासऱ्यावरच उभी राहिली. तिच्यातली माणसं पवाराचा खताचा उकीरडा भरू लागली. वळणावर जाऊन रेंगाळणारा पर्ब्या पुढं सटकला.

खत भरून गाडी गेल्यावर तो पुन्हा आला. सिरमी तिथं नव्हती. ...त्याचं मन झणझणलं. पिंजऱ्यात गावलेल्या कोल्ह्यागत तो इकडं-तिकडं घोटाळला. गराड्यावरनं त्यानं आत बघितलं. आत गपगार. बेळ्याचं गच्च दार बंद... आयला गेली कुठं? हळूच उडी तरी टाकावी... नको तिच्या आयला. कुणी बघिटलं-बिघिटलं तर पाय मोडतील. चोरीचा आळ येईल. गराडाबी पक्का हाय. आत दुसरं कोणतरी असलं म्हंजे? तो पुन्हा बेळ्यापाशी येऊन घोटाळला. बेळं आतनं पक्कं बंद.

त्याच्या मनात काहीतरी आलं नि तो सरळ वाटेनं सणगरांचं वळण ओलांडून गेला. तिच्या म्होरच्या दारासमोर आला. दाराला कुलूप. दुपार झणझणतेली. वाटेवर पांढरं धोट ऊन. उलघाल करतेलं. त्यानं इकडं-तिकडं बघितलं, कुठंच काही नाही... आयला! गेली कुठं?

घटकाभर तो गल्लीतनं घोटाळला आणि आपल्या घराकडं गेला... मोटा धरायच्या वक्ताला मळ्याकडं जायला पाहिजे होतं. नाही तर राखून ठेवलेली टाळू बाऽनं खुरप्यानं भादरली असती.

रात करून बुरूड गल्लीतनं पुन्हा इकडं आला. सिरमी उंबऱ्यात बसलेली. परकराची मागची बाजू दोन्ही मांड्यांतनं पुढं घेऊन बेंबीजवळ पुढं खोवलेली. वीतवीतभर मांड्या मोकळ्या. उघड्या पोटऱ्या पलंगाच्या कातीव पायागत दिसतेल्या. अर्धा उंबरा तिच्या बसण्यानं भरलेला... त्याच्या उरात धडकी भरल्यागत झालं. काळीज पकापका उडलं. क्षणभरच घोटाळला नि धीर धरून आत गेला. जाता जाता आपलं अंग तिला घासलं... ओळख नसल्यागत ती गुमानच बसलेली. हललीच नाही.

आत गेला.

"दिन्याऽ"

"दिन्या घरात न्हाई. का रं?"

"जरा खत वडायचं खोरं पाहिजे हुतं."

"खोरं घरात कुठलं रं? मळ्यात हाय." गोदू चुलीपुढनं बोलली.

पर्ब्याला थांबायला दुसरं निमित्तच मिळेना. तो दिव्याभोवतीनं घोटाळला. गोदू बघत होती.

"दिन्या कुठं गेला?"

"त्यो अजून आला न्हाई मळ्याकडनं. तासाभरानं येईल. का?"

"का न्हाई. दुपारी येऊन गेलो खोरं हाय का इचारायला."

"सुडक्या! खोरं घरात कुठलं असतं रं? आणि दिन्या तरी दुपारनं कुठला असंल? घरात बसायला हे का भटा-बामणाचं घर हाय?"

"सिरमी हुती वाटतं की." तिच्याकडं बघत तो म्हणाला.

"तिला काय ठावं असणार त्यातलं?"

"व्हय की." त्याचा आवाज पडत गेला. तिचं नाव घेतलं तरी ती वाटेवरच्या अंधारात डोळे घालून बसलेली.

"तुला खोरं पाहिजे असंल तर मळ्याकडं जा सकाळनं."

"बरं."

आता घरात थांबायला कारण नव्हतं. येडबडल्यागत होऊन त्यानं पाय काढला. जाता जाता पुन्हा तिला अंग घासलं. ती गप्पच. दारात जाऊन अंधारात घोटाळला. गोदूकडं एक नजर टाकून त्यानं हळूच हाक मारली,

"सिरमेऽ"

ती त्याच्याकडं बघून हसली. हऽ हऽ हऽ. गोदूनं पुन्हा दाराकडं बघितलं. पर्ब्या गळ्याखालची छातीवरची मळ काढत तिथनं हलला.

चार दिवसांनी पुन्हा तो सिरमीच्या दारात घोटाळला. दाराला कुलूप. सणगराच्या वळणावरनं परड्याकडच्या बाजूला आला. कुसवाकडंला कुणीही बसलं नव्हतं. डुकरं इकडं-तिकडं गुरूक गुरूक करत हिंडत होती. ती कुसवाकडं येतेला बघून ती हळूहळू त्याच्या भोवती जमू लागली. त्याची बसण्याची वाट बघू लागली.

हळूच तो बेळ्याजवळ आला नि त्यातनं वाकून परड्यात बघू लागला. त्याला कोणच दिसेना. परडं शांत. घटकाभर तिथंच बसला. कुणाचीच चाहूल येईना. उठून उभा राहिला. कुणीही अवचित येण्याची शक्यता होती... गेलेलं बरं. घरातबी हाय का न्हाई कुणाला दखल? फुडनं तर कुलूप दिसतंय. परड्यातबी काय हालचाल न्हाई. जाऊ दे त्येच्या आयला! भलतंच काय तरी व्हायचं. खुळी असली तरी तिला माणसं वळीखत्यात. हाक मारलेली कळती. काय तरी झालं म्हंजे बाऽला माझं नाव सांगायची नि त्यो माझ्यासंगंच तिचं लगीन लावायचा. जलमभर माझ्या गळ्यात खुळी बायकू पडायची. कानामागनं मानेवर येणारे घामाचे ओघळ पुसत तो वाटेला लागला.

महिनाभर गेला. एकदा ठिगळून आणलेली मोट पुन्हा फाटलेली त्याच्या मानेवर चिखलाच्या लाट्यागत बसलेली. चांभाराकडं चालला होता.

ती अचानक दिसली. पेरू काढायला चढलेल्या पोरांना दगडं मारत होती. पोरं तिलाच गटवत होती.

"सिरमे, तुला पिकलेलं पेरू काढून देतो. गप बस."

"नको. आईला सांगीन. हे बघ धोंडा." धोंडा हातात घेऊन ती उभी राहिलेली. डाव्या हातात अर्धा संपत आलेला पेरू.

"एऽ सुक्काळीच्यानू! जाता का न्हाई? तिला का उगंच तरास देता?"

पोरं दोन वावावर जाऊन तिथंच उभी राहिली... पेरू पिकले होते. राघू भराऱ्या मारून पत्ता नाही ते टोकरायचे. पोरांची तोंडं पाण्याळून जात होती.

"जाता का न्हाई रे. का ठेवू खाली मोट?"

त्यानं मोटेला हात घातला. पोरं पळाली.

तो सिरमीकडं बघत थांबला... घामेजलेल्या चेहऱ्यानं ती पेरू दातलतेली. केस गालावर आलेले. नजर त्याच्या मोटेवर.

"सिरमेऽ." त्याला उनानं घाम येत चाललेला.

"हऽहऽहऽ!"

त्याची नजर तिच्या छातीवर धडधडतेली.

"पेरू खातीस?"

"हा."

"कच्चाच पेरू खातीस तू."

"हा."

"तुला पिकलेला पेरू काढून देऊ?"

"पडलेलं पेरू खायचं. हऽहऽहऽ!"

"तुला दुसरं काय तरी खायला आणून देऊ का?"

"हा."

तो बघतच उभा राहिला. मानेवरचं ओझं जड होऊ लागलं.

"हऽहऽहऽ!" सिरमी घोडीगत मोठ्यानं हासली.

तो लगालगा चांभारवाड्याकडं चालला. मोट ठिगळायची होती. ठिगळून दुपारच्या मोटा धरायच्या वक्ताच्या आत जायला पाहिजे होतं... काळीज जास्तच धडधडाय लागलं. पुन्हा घाम दरदरला. रक्त सगळ्या अंगातनं पळाय लागलं. ...आयला घरातच असती जणू. परड्यातली राखण बघती.

आणखी एक दुपार. ऊन उसळतेलं. वारा पडलेला. परड्यातला फुलारलेला शेवगा शांत. उभ्या उभ्या निजल्यागत वाटतेला. केळीची पानं कोमेजल्यागत झालेली. पेरवीच्या झाडात पाच-सात चिमण्या सावल्या धरून गप बसलेल्या. गराड्यावर हळूच चढून पर्ब्यानं आत उडी घेटली. हातात भज्यांचा तेलकट कागद. परड्यातनं वाकत वाकत घराकडं सरकला.

...आत तोंड करून असलेल्या छपराचं दार मोकळं. कुणाची तरी वाट बघत बसल्यागत दिसतेलं. आत डोकावला. ती पटकुरावर घोरतेली. ...उताणी. चंपे वर होऊन दोन्ही हात दोन्ही बाजूला पडलेले. परकर मांड्यापर्यंत झोपेत वर सरकलेला. केसं वेड्यागत विसकटलेली. छाती वर होई, खाली जाई. झंपराच्या पिशवीच्या दोन्ही कोपऱ्यांत ठेवलेले दोन उग्र आंबे. त्याचं अंग लटलटाय लागलं.

"सिरमे," कापऱ्या आवाजात त्यानं हाक मारली. हळू आवाजात अनेक हाका मारल्या. एक नाही, दोन नाही. ...हळूच हलवली, जागी केली नि तिच्या पुढ्यात भज्यांचा कागद उघडून धरला. डोळं मोठं करून ती चमत्कारिक हासली. ...तिखट तिखट भजी. ...तोंडाला पाणी. ...समोर पर्ब्या. ...ही हासतेली. ...तो धडधडतेला. ...मांड्या तशाच. पर्ब्याचे हळुवार फिरणारे हात. ...बरं वाटतेलं. ...हासत हासतच राहिली.

...भर उन्हात वाऱ्याची झुळूक आली नि शेवगा थरथरू लागला, त्याची सैल झिपऱ्यांची पानं भुरभुरल्यागत झाली. अंगावरचे फुलांचे घोस शहारले. अधिक फुलल्यागत कुजबुजले. पेरवीच्या फांद्या हलल्या. सावलीतल्या पाखरांच्या अंगावरल्या पिसांवर हळुवार फुंकर पडली नि त्यांचे डोळे उघडले... सगळ्या दुनियेवर हात फिरवत एक झुळूक निघून गेली.

छपरातनं बाहेर पडताना गडबडीत पर्ब्याच्या टाळक्याला चौकट थडकली. तरी

तो घाईतच बाहेर पडला नि रानाकडं पळाला... ती आत मोठमोठ्यानं हासत बसलेली.

सांजचं गोदू आली नि तिनं चहा केला. तिच्यासमोर सिरमी सारखं हासतच होती. भांडी घासताना, जळण आणताना, राख टाकताना सारखं तिला शेवग्यागत हासू फुटत होतं. तिचं हासू बघून आईलाही घटकाभर हासूच आलं. ...खुळंच हाय कुठलं!

तिला चहा प्यायला दिला. चहा प्याली नि तिथंच भिंतीला टेकून हासू लागली. बसल्या बसल्या तिनं दोन्ही पाय दोन्हीकडं सैल सोडून पसरले. डाव्या हातानं मळ काढल्यागत ऊर चोळाय लागली. उजवा हात भुईवर टेकून धोतऱ्याच्या बिया खाल्ल्यागत खदाखदा हासाय लागली.

आईला जास्तच गंमत वाटली. जास्तच हसू आलं. "...काय गं झालंय तरी आज हिला?" आई स्वतःशीच उद्गारली.

"सरळ बस ग सिरमे. किती हासतंस खुळ्यागत." तिच्यातली आईपणाची शिस्त जागी झाली.

सिरमीनं पाय आवरलं नि उठून बाहेर उंबऱ्यावर गेली. कसल्यातरी खुशीत अंधाराकडं बघत वेड्यासारखी हासत राहिली.

वेळच्या वेळी पाऊस पडला. पेरण्याही झाल्या. रानात पडलेल्या बियाणांनी जीव धरला नि हळूहळू रानं हिरवी होत गेली. पाऊस जास्तच पडू लागला तशी रानातली कामं संपत गेली. माणसं दिवस दिवसभर गावातच अडकून पडू लागली. गोदूचं घरही उघडं दिसू लागलं. तिनं वाकळा शिवायला काढल्या.

सिरमी आईजवळ बसून राहू लागली. पर्ब्यानं तिला पाच-सात वेळा भजी, चिवडा, लाल लिमज्या दिल्या होत्या. ...तिच्या मनासमोर त्या पिवळ्या, नारंगी वस्तू झगमगत राहिलेल्या. तिची कांती वाढत होती. पावसाळ्यामुळं धूळ उडेनाशी झाली, ऊन लागेनासं झालं नि जास्तच उजळ दिसू लागली. गाल अधिकच गुबार झाले. ऊर अधिकच उभार झाले. नुकतंच पोट भरून ढेकर दिल्यागत तिचा तृप्त, शांत चेहरा.

...गोदूच्या मनात हळूहळू एक साप सळसळू लागला. ती वाकळांना दोरा घालता घालता तिच्याकडं तासन् तास बघू लागली.

"सिरमे."

"हा."

"परड्यात राखणीला असताना कोण कोण येत हुतं ग?"

"मांगाची पोरं."

"काय करत हुती?"

"पेरू तोडायची."

"आणि काय करायची?"

"पेरू तोडायची. हऽहऽ"

"आणि काय करायची ग?"

"पळून जायची. हऽ हऽ हऽ"

अशीच काही तरी उत्तरं तिच्याकडनं मिळत. गोदूत नि गोपाळात कुरबूर होऊ लागली. कधी भांडणंही होऊ लागली. गोदूनं काय काय आटापिटा करायचा तो करून बघितला. तिच्या पोटात नाही नाही ती औषधं घातली. पण वाया गेली.

एक दिवस रात्री जेवणं झाल्यावर गोदूनं नि गोपाळानं तिला फासणून फासणून विचारलं. पण तिच्याकडनं काही कुणाचं नाव नीटसं कळेना. तिच्या डोक्यात भूत-वर्तमानाचा नेहमी गोंधळ झालेला असे. कोणत्याही गोष्टीचं ती कोणतंही उत्तर देऊ लागली... त्या दिवशी रात्री दोघांनी मिळून तिला धमामा मारली, लाथलली नि खोपड्यात टाकली. मग दोघेही भांडले आणि मध्यरात्र टळून गेल्यावर झोपेच्या स्वाधीन झाले.

तिचा दिवस कोंडलेल्या खोलीतच जाऊ लागला. गोदू घरात असली तरी तिला बाहेरच्या सोप्यात येऊ द्यायची नाही. आतच बसवायची...तिचं वाकळा शिवण्यातही ध्यान लागेना. मन उदास होत चाललेलं. तासतासभर सिरमीकडं नि तिच्या वाढत चाललेल्या पोटाकडं नजर खिळलेली... चिंतागती होऊन डोळ्यातनं पाणी येतेलं. सिरमीला त्याचं काहीच नाही. पावसाळी धरतीगत ती आपल्याच नादात दंग.

माणसं अधनंमधनं सहज विचारत,

"सिरमी कुठं दिसत न्हाई ग गोदू?"

"बरं न्हाई तिला. लईच डोसकं फिरल्यागत करतीया. अवस्थी कुठल्या तरी पोराला टिप्पिरा दिला म्हंजे जीव जायचा." ...काही तरी सांगत होती नि सुस्कारा टाकत होती. लोकही आतल्या आत समजून होते. पण बोलणार कोण? कुणाची ताकद नव्हती.

गावात गोपाळाचं घर तसं वाडवडिलांपासनं अब्रूनं नि मानानं राहिलेलं. शब्दाला गावकऱ्यांनी आतापर्यंत किंमत दिलेली... आता याचं व्हायचं कसं? नाक खाली होणार नि अब्रू वेशीवर टांगली जाणार. सात-आठ महिने दिवस गेलेले. चार-पाच महिने बाहेर नाही. पोट डोंगरागत वाढतच गेलेलं.

चार दिवस नवरा-बायकोची खूपच भांडणं झाली. शेवटी गोदू मुकाट बसली. गोपाळानं मनावर भला मोठा धोंडा ठेवून अब्रूसाठी बापपण विसरलं. सिरमीची पुढची वाट मोकळी करून दिली.

त्या घरात ती रात्र पहाटेपर्यंत अस्वस्थ गेली. पुढं सगळं शांत झालं. थंडीचे दिवस होते तरी गोपाळाला घाम फुटत होता नि गोदू तोंडात बोळा कोंबून भडभडून

येणारे उमाळे आत दाबत होती.

पहाटे गोपाळा मळ्यातल्या पोरांना बोलावून आणायला गेला नि इकडं रात्रभर अनावर झालेला आईपणाचा हंबरडा गोदूनं फोडला... गल्ली हडबून जागी झाली. सगळं गाव दीस उगवायलाच गोदूच्या घरात जमलं... सिरमी चुकून ढेकणाचं औशिद प्याली, हे घटकंत सगळ्या गावातनं झालं.

अंथरुणात निवांत उताणी पडलेली सिरमी. गोदू तिच्या उरावर पडून रडतेली. दोन माणसांना उचलू नये असं अंग. जड जड... अजून कवारीण. एका माणसाला उचलून जाईल कशी नि एवढी दांडगी काया पुरायची तरी कशी?

...कुजबूज झाली नि म्हातारा आण्णा हळूहळू गोपाळाजवळ आला.

"पोरा, कसं करायचं?"

"कशाचं?"

"एवढी दांडगी पोर. मातीआड करायची कशी? कोल्ह्या-कुतऱ्यांस्नी गावायला उशीर लागायचा न्हाई. जाळली पाहिजे."

"मग?"

"लगीन लावावं रुईसंगं."

"तसं करा."

गोदूलाही मगापासनं बायका तेच हळूहळू सांगत होत्या; समजूत काढत होत्या. ... गोदूच्या मनासमोर तिच्या लग्नाचा मांडव तरळला. आंब्याचे ढाळे लावलेला. ढाळ्यांना कच्च्या मोठ्या आंब्यांचे घड. परड्यातनं आणून लावलेल्या चारी बाजूला चार घडांच्या केळी. रंगीबेरंगी पातळं-लुगडी नेसून जमलेली बायकांची गर्दी नि तिच्यात हिरव्या पातळातनं हिंडणारी, खाली बघून हासणारी, लाजणारी आणि शहाणी झालेली सिरमा... तिची पहिली लेक. दारातला पहिला मांडव.

तिनं उरावर धमाधमा हात मारून घेटला. "माझ्या सिरमाचंऽ लगीन करा गंऽ. माझ्या लेकीच्या जिवालाऽ आता तरीऽ बरं वाटू दे गऽबाईऽऽ!" शोकात ती बुडून गेली. गोपाळानं दात घट्ट आवळून जिभेला नि मनाला मुकाट ठेवलं.

रुईची फांदी आणली. भटजीला बोलावून आणलं. हिरवं लुगडं मापाची हिरवी काकणं, हळद-कुंकू, मंगळसूत्र सगळं आणलं.

दोन-एक तासांत सगळा सोहळा आटोपला. सोप्यातच तिला सजवली. ताजे ओले काळेभोर केस सुटलेले. नुकतीच आंघोळ घाटलेली. कुणीतरी मागं घेऊन खांद्यावर आलेले केस बांधले. चार-पाच महिने घरातच राहिल्याने काया पिवळी नितळ झालेली. हिरवं लुगडं नेसवलेलं. गळ्यात काळंभोर मंगळसूत्र. कधी नाही ते कपाळभरून गोल कुंकू. डोळे शांत मिटलेले. काही तक्रार नाही की कुरबूर नाही. एक अज्ञात तृप्ती चेहऱ्यावर पसरलेली... तिचा अर्थ कुणालाही न कळणारा.

अखेरपर्यंत तिलाही न कळलेला. सुहासीन होऊन ती बसलेली. ओटीत नारळ-तांदूळ भरले जात होते. गोपाळा लांब एका बाजूला उभा राहिलेला.

बायका तिच्या पाया पडून बाजूला सरकत होत्या. कुणीतरी सरकता सरकता बोललं. "येडं माणूस हे देव माणूसच असतंय बया घरातलं!" गोपाळाच्या काळजाचं पाणी झालं. दातांच्या बेचकाटातली जीभ वळवळली. त्यानं दातखिळी अधिकच घट्ट केली. तिथनंच पाया पडला नि कुठं तरी बाजूला सरकला.

गोदू पाया पडल्यावर सिरमाला उचललं नि "अक्काऽऽऽ" म्हणून दिना-गुणाचा आक्रोश वाढला. बाजूला उभा राहिलेल्या गोपाळाची नजर तिच्यावरनं हलत नव्हती. अखेरचं धाटांचं आंथरूण. त्यावर उताणी झोपलेली. शांत. प्रौढ. लग्नानंतरच्या पहिल्या रात्री आई-पणासाठी आसुसलेल्या गोदूपेक्षाही अधिक सतेज. ...त्याचं मन अनावर ढवळलं. त्यानं दातखिळी उघडून त्याला वाट करून दिली.

"गोपाळा, आता तुझी पाळी आली व्हय? बापयासारखा बापय मर्दा तू. हे काय मांडलंस आता. तिची वाट मोकळी ठेवतोस का न्हाई? का बसू दे तिचा आत्मा तळमळत हितंच?" समजुतीच्या सुरात शेजारचा जानू म्हणाला.

सिरमा गेली... रबरासारखी जळून संपली. जळतानाही तिनं कुणाला त्रास दिला नाही.

राख सावडायच्या दिवशी माणसं पिंड घेऊन गेली तर त्यांच्या अगोदर नुकतंच कोणतरी भजी, चिवडा, लाल लिमज्यांच्या कागदाचं उघडं पुडकं ठेवून गेलं होतं नि कावळ्यांची त्यावर झिम्मड पडली होती.

◆

कळी फुलतानाचे दिवस

ती घरी गेल्यावर विचार करत मी पडून राहिलो. गल्लीतून खेळताना ती मनासमोर दिसू लागली. गांजणी-मांजणीचा खेळ आठवला. आमच्या मोठ्या जुन्या दाराच्या पाठीमागं आम्ही लपायचो. अंगाला अंग बिलगून. शेजारच्या गड्याच्या छातीची धडधड ऐकू यायची इतकी अंगं एकमेकाला बिलगायची. ती जागा डाव आलेल्या गड्याला कळली तर दुसरी जागा. सोप्यात धान्याची तीन-चार पोती असायची. त्यांच्या आडोशाला उभं राहायची सोय नव्हती. मग अगदी खेटून खाली बसायचं. बसताबसता राधा परकराची कास सोडून परकर अंगभर पसरून बसायची.

तिचं तसं बसणं अजून मनासमोर दिसतं. तिला बिलगलेल्या आठवणी आहेत. बसून बिलगलेल्या आठवणी जास्त तीव्र आहेत. तिच्या तोंडाला गुळाचा गुळमट वास अधूनमधून यायचा. त्याची आठवण धुंद करणारी आहे. उबदार अंगाचा स्पर्श वेगळा वाटायचा. त्याचीही आठवण स्पष्ट आहे.

"ए, सरक रं तिकडं. मला जागा न्हाई."

"तशीच गप्प बस. मी हिकडं सरकलो की माझा बकुटा बाहीर दिसंल. घटकाभर कळ काढ."

पळून-पळून अंगं घामानं भिजलेली. त्या घामाचा तिचा आणखी एक वास. तोही हवाहवासा वाटणारा. अंग एकशेवडी. मिठाईच्या कांडीसारखी बारीक बोटं. तशीच नाजूक गोरी मनगटं. वाटायचं, जरा दाबली तर या बोटांचे त्या कांडीसारखेच तुकडे होतील. मनगटाच्या सोनेरी लवीवरनं हात फिरवावा. ते चापून धरून माझ्या तळहाताच्या रेषांचं झाड तिच्या मनगटावर काढावं. ते झाड काढून घेण्यात तिला आनंद वाटे. मला ते मनगट दाबून धरण्यात बरं वाटे. तिचा तळवा लालेलाल होत जाई. आता जणू याच्यातनं भडक गुलाबी रंग झिरपत बाहेर येईल अशी त्याची अवस्था. तिच्या गालावर लाली नेहमीचीच. डोळं बारीक, भोरे, पापण्या लक्षात येण्याइतक्या दाट. पळताना तिच्या नाकाच्या शेंड्यावर आणि खालच्या ओठाच्या खाली हनुवटीच्या खळग्यात घामाचे दवासारखे चार थेंब साचत... खेळताखेळता

अधूनमधून ते दिसायचे. लक्षात राहून जायचे.

कधी तिच्या परकराच्या ओच्यात वाळल्या भाजलेल्या गूळ-शेंगा असायच्या. त्या घेऊन पळणं, खाणं तिला जमायचं नाही. मग ती खाड्याच्या कट्ट्यावर तसाच ओटा घेऊन बसे आणि गांजणीचं काम करी. पाय खाली दोन्ही बाजूंना सोडून बसे. 'गांजीण-मांजीण साईरामा सुट्ट्या!' म्हणून डाव आलेल्या गड्याचे डोळे सोडून देई. गडी शोधाशोध करायला गेला की मग शेंगा खात बसे.

डोळे झाकण्याची तिची एक तऱ्हा होती. कट्टा लहान होता. ती दोन्हीकडं पाय पसरून बसे. मध्ये गडी बसे. आपल्या मांड्यांनी त्याचे अंग ती घट्ट धरी आणि डोळे झाकून त्याला अंगाबरोबर गच्च धरी. तिच्या अशा गच्च झाकण्यानं माझे डोळे दुखत.

"राधे, गच्चं डोळं झाकू नकोस हं."

"हा हा ग भागू! डोळं सैल झाकून घेऊन दडणाऱ्या पोरांस्नी बघायला पाहिजे काय. वाव्वा रं गब्रू!" असं म्हणून ती आणखी डोळं गच्च झाकी. नाइलाजानं मला डोळ्यांवरचा तिच्या बोटांचा दाब कमी करण्यासाठी पाठीमागं मान करावी लागे. तिच्या ती छातीला भिडली की मग सुटका नाही. छातीबरोबर गच्च डोकं दरून डोळे झाकले जायचे. दोन्ही मांड्यांत अंग गच्च दाबलेलं. कानाला फक्त एक धडधड ऐकू येई. कधीकधी डोक्याला मऊमऊ स्पर्श होई. डोळे सोडल्यावर डोळ्यांना क्षणभर काही दिसायचंच नाही.

पण हे सगळं बरं होतं. त्यात मांड्यांचा मऊ स्पर्श होता. गांजणीचं काम एखादा पोरगा करत असला तर सगळं वेगळं वाटे. पवाराचा धोंड्या तर मांडीवर मान वाकवून घेऊन डोळ्यांचे बुबूळ आत जाईपर्यंत डोळे दाबी. त्याच्या मनगटातली चांदीची कडी कधीकधी डोक्याला ठणकन् बडवीत, बोटांची नखं नाकापाशी रुतत, आणि त्यापेक्षा तो 'गांजीण-मांजीण' म्हणून कानापाशी मोठ्यानं ओरडे. त्यामुळे कानात खाज उठे. त्याच्या मानानं राधाची बोटं कितीतरी नाजूक.

तिचं खेळणं कधी कमी झालं आठवत नाही. माझंही गांजणी-मांजणीनं खेळणं कमी होऊन आट्यापाट्या, सारीपाट, अट्टीच्या गोट्या असले खेळ सुरू झाले. नववीत गेल्यावर ते आणखी कमी झाले. राधानं सातवीतनं शाळाही सोडली. का सोडली काही कळलं नाही. राधाची आई आमच्याकडं नेहमी येत असे. सहज एक दिवस मी म्हणालो, "गंगूमावशी, राधीची शाळा का बंद केली?"

"फुरं की आता. पोरीच्या जातीला जास्त काय करायची शाळा? राधी दांडगी झाली आता. तिचं आता लगीन करायचं."

"एवढीशी तर दिसती. तिला का दांडगी म्हणायची?"

गंगूमावशी आईकडं बघून हसली नि मला म्हणाली, "तुला न्हाई कळायचं ते.

तिला घरातलं काम यायला नगं आता? म्हणून शाळा सोडली तिची.''

शाळा सोडल्यावर तिचं खेळणं कमी झालं. ती अवघडून जाताना दिसू लागली. पूर्वी खेळताना हसायची, 'पळा पळा' म्हणून ओरडायची, उड्या मारायची. एखाद्या वेळेस भांडणात चिमटं काढायची. पण आता शांत वाटू लागली. डोळ्यांवर, गालांवर येणाऱ्या बटा कानामागं जाऊ लागल्या. दोन वेण्यांची एक वेणी घालू लागली आणि खरं सांगायचं म्हणजे ती चांगली दिसू लागली.

तशी ती एकशेवडी. तरीपण गाल वर आले. डोळ्यांपासचा भाग किंचित फुगीर होऊन डोळे मादक वाटू लागले. पायांच्या पोटऱ्या रुंदरुंद होताहेत असं दिसू लागलं. गैबीच्या हौदाला दोनदोन कळशा घेऊन पाण्याला येऊ लागली. परकराची कास गच्च घालून ती पाणी आणी. त्या वेळी तिच्या पोटऱ्यांचा रुंदपणा जाणवे. कळशा सावरत पाय पडल्यावर त्या किंचित हादरत. गुडघ्यावरच्या थोड्या मांड्या उघड्या दिसत. पोलकं गच्च घातलेलं असे. तेही चुलीला लावलेल्या भाकरीचा पापड किंचित फुगावा तसं छातीवर दोन्ही बाजूला फुगलेलं दिसू लागलं. हे सगळं बघत राहावं असं मलाही वाटू लागलं.

पूर्वी माझं तिच्या या शरीराकडं लक्षच नव्हतं. पण हळूहळू ती बोलेनाशी झाली, तसं तिच्या रूपाकडं उगीचच लक्ष जाऊ लागलं.

संध्याकाळी दारात चौकटीला टेकून उभी राहून रस्त्यावरनं जाणारी-येणारी गुरं-माणसं ती पाही. तशीच अवघडून उभी राही. कुणाची तरी वाट पाहात असल्यागत वाटायची. पूर्वी ती उंबऱ्यावर बसे. ओट्यात बहुधा शेंगा-गूळ असायचा आणि त्या खात ती बसायची. कित्येक वेळा पुढं सरकून दारातल्या सारवलेल्या जागेत मांडी घालून बसून पोरींबरोबर खड्यांनी, गजग्यांनी, काचाकवड्यांनी खेळायची. तेव्हा माझं लक्ष तिच्याकडे फारसं नसायचंच. पण आता ते तिच्याकडं जाऊ लागलं. दारात उभी राहिल्यावर तिला बघावं असं वाटू लागलं. तिच्याशी कुठंतरी लांब जाऊन बोलावं, असंही मनात येऊ लागलं.

तिवाऱ्याचा गोरा गजा गावाकडं आला होता. तो शर्ट आणि फुलपँट घालायचा. गल्लीतनं जाताना त्यानं दारात उभ्या राहिलेल्या राधाकडं पाहिलं नि तो हसला.

''काय राधे, आता कितवीला गेलीस?''

''शाळा सोडली.''

''का ग? मी आता नववीला हाय.'' गजा पँटीच्या खिशात हात घालून बोलत उभा राहिला.

''आठवीला भूगोलात मी पहिला आलो. आमच्या इचलकरंजीच्या शाळंत बोराटे मास्तर हाईत. भूगोल लई चांगला शिकीवतात. सेक्रेट्रीबी मीच झालोय.''

गजा आठवेल ते बोलत होता. मधनंच हसत होता. शर्टाच्या कॉलरला सारखा

हात लावून तिचे कोन एका जागी जुळवत होता. राधा अधनं-मधनं थोडं ऐकायची. थोडं बोलायची. बोटांचा चाळा करत त्याच्याकडं बघायची. नखातला मळ काढून खाली बघून टाकायची.

राधाची आई कुठनं बाहेरनं आली.

"का रं गज्या? का थांबलाईस?"

"का न्हाई. उगंच थांबलोय. मांस आणाय चाललोय." तो हिरमुसला होऊन चालाय लागला.

राधा दारात तशीच उभी. गंगूमावशी तिच्यावर कडाडली;

"तुला का लाज-लज्जा हाय का न्हाई? ऊर काढून जोगतिणीगत दारात हुबी -हातीस. घोडे, येणा-जाणाऱ्या कुणासंगटबी बोलतीस. तुला काय वाटतंय का? चल घरात. चूल पेटीव नि दूध तापवत ठेव. तांदूळ नीट करायला घे. दारात अशी हुबी -हाऊन गळ्याला फास आणशील माझ्या एक दीस."

राधा डोळे पाडून आत गेली. दारात उभ्या असलेल्या माझ्याकडं गंगूमावशीची भेदक नजर गेली नि मी आत सटकलो.

गौरीचा सण तोंडावर आला म्हणून आक्का माहेरपणाला आली. उन्हाळ्यातच तिचं लग्न झालं होतं. आक्का माझ्यापेक्षा दोन-तीन वर्षांनी मोठी. आमच्या घरातलं ते पहिलंच लग्न. ती परत आली त्या वेळी दोन-तीन महिन्यांत बदललेली दिसली. गेल्यापासनं तिला घरातलंच काम लावलं असावं. तिचा रंग बदलला होता. रान सुटल्यामुळं गोरटा झाला होता. अंगावर कांती आली होती. रूप नितळ झालं होतं.

ती आली त्याच्या दुसऱ्याच दिवशी सांज करून राधा बोलायला आमच्याकडं आली. आक्का नुकतीच गैबीला जाऊन ऊदसाखर घालून परत आलेली. तशीच सोप्यात बसली होती. आई पोरांना पुडीतला अंगारा लावून साखर वाटतेली.

"कवा आलीस ग आनशाक्का?"

"कल... बस की."

ती समोरच जवळ बसली. आईनं तिला अंगारा लावून साखरेची चिमूट दिली.

"हाय बरं?"

"हाय की."

घटकाभर गप्प बसून तिनं आक्काला न्याहाळलं. लग्नानंतरचं तिचं रूप भरघोस दिसत होतं. ते बघताना कुठलीतरी अनामिक भूक राधाच्या डोळ्यांत तरळली.

"कोणकोण हाईत घरात?" तिनं चौकशी केली.

आक्कानं सगळ्यांची नावं सांगितली. तिचं सगळं सुखात होतं.

"गळ्यातला हार किती तोळ्याचा?"

“तीन.”

“तीन!” तिचा हात तिच्या फुगार छातीवर अबदार आडवा पडला. तिच्या गळ्यात काहीच नव्हतं. माझ्या ते ध्यानात आलं.

“आणि हे हातातलं बिलवर?”

“ते चार तोळ्याचं हाईत.”

“बघ हे! समदं मिळून सोनं तरी घाटलं किती ग?”

“धा तोळं घाटलं की... वरातीचा शालू, हळदीचं, इड्याचं लुगडं...” आक्कानं सगळ्या दागिन्यांचा नि लग्नातल्या कापडांचा पाढा वाचला. ती कान भरून ऐकू लागली. ऐकताऐकता बारकाईनं बघू लागली.

कधी नाही ते पायांच्या घोट्यांपर्यंत आक्कानं हिरवं पातळ नेसलेलं. तिचा उजळ होत चाललेला गोरटा रंग पातळात उठून दिसलेला. चोळीवर मोहनमाळ नि तिच्या आत मंगळसूत्र भरघोस मनानं रुळतेलं. हातात भरपूर चुडा. त्यात उठून दिसणारे पिवळेजर्द सोन्याचे बिलवर. पायांत स्वच्छ जोडवी, मासोळ्या आणि या सर्वांत शांतपणे उठून दिसणारं तिचं समाधानी बसणं.

राधा नकळत हलक्या हातांनी आक्काच्या बिलवरांशी चाळा करू लागली. हळूच बोटातल्या जोडवी-मासोळ्या काढून तिनं स्वच्छ पुसून न्याहाळल्या. आपल्या बोटात घालून पाहिल्या. तिच्या हिरव्या पातळाचा पदर बोलता बोलता हातात घेतला. मोहनमाळ गळ्यातनं काढायला लावून खोंगा भरून कुरवाळली. जणू तिला ती पिऊन टाकायची होती. तिनं माळेचे मणी बोटात नि अंगठ्यात धरून मागे सरकवत मोजून काढले. सासरविषयी पुन्हापुन्हा चौकशी केली. कोण कसं वागतं, कोण कसं वागतं विचारून घेतलं. कुठलंतरी एक स्वप्न तिच्या मनात उगवून बसलं होतं.

“तुझ्या लग्नाचा काय इचार चाललाय का न्हाई ग?” शेजारी बसलेल्या आईनं तिला न्याहाळत विचारलं.

तिनं खाली मान घातली. “चाललाय की. आवंदाची सुगी अशीच गेली. आता फुडंला बघायचं. आईचीच घाई चाललीया.”

आई हासली. “पोरीचा जलम लेकी. वक्तसरी झालं म्हंजे आई-बाऽच्या गळ्याचं कडासनं जातं.”

“अंऽ?” तिनं प्रश्न आणि होकार यांच्यामधला कुठला तरी हुंकार दिला. मी सोप्यातल्या उंबऱ्यावर तिच्याकडं बघत बसलो होतो. एवढा वेळ गेला पण माझ्याशी काहीच बोलली नाही. मनातल्या मनात चिडून मी सणगराच्या फरशीवर गप्पा मारायला निघून गेलो.

गौर पुढं सात-आठ दिवस आहे म्हणतानाच सोप्यात फुगडी-घोड्यांची रोज सांज

करून झिम्मड सुरू झाली. गल्लीतल्या पोरी दाटी करू लागल्या. पहिले एकदोन दिवस मी सोप्यातल्या उंबऱ्यावर बसून पोरींची थट्टा करू लागलो. फुगडीच्या वेळी आरंभी म्हणायच्या गीतांची जुळणी करून त्यातून पोरींची, त्यांच्या व्यंगांची, त्यांच्या काल्पनिक नवऱ्यांच्या रंग-रूपाची टिंगल करू लागलो. पण बराच वेळ टिंगल केल्यावर माझ्याकडं कोणीच लक्ष देईना. मग खेळात तीनतीन मुलींचा गट पाठीमागं सरताना हळूच आडवा पाय करून राधा होती त्या गटाला पाडलं. पोरी चिडल्या.

"एऽ आनसे, बघ बाई, तुझा ह्यो भाऊ."

"एऽ हांडगूबा! पोरीतनी कशाला येतोस रं? जाकी तिकडं गल्लीतल्या पोरातनी."

आक्काचं बोलणं मला लागलं. मी पोरींची कळ काढतोय म्हणून तिनं आईला सांगितलं. आई रागाला आली. मग तिथं बसणंच मला लाजिरवाणं वाटू लागलं. उठलो नि 'आक आक्कडी, माळावरची माकडी' अशी आक्काला नावं ठेवत गल्लीतल्या पोरांत निघून गेलो.

नंतर मात्र त्यांची थट्टा करायची सोडून दिलं. सोप्यातल्या आतल्या बाजूला पोतं टाकून पुस्तक वाचत बसू लागलो. पुस्तक फक्त समोर उघडून ठेवायचं आणि गाणी ऐकायची. आपल्या सोप्यात एवढ्या पोरी खेळतात याचाच मला आनंद होत होता. प्रत्येकीचं गाणं ऐकायला मिळत होतं. मुख्य म्हणजे पोरीपोरीतली बोलणी, थट्टा-मस्करी ऐकायला मिळत होती. ती ऐकताना बरं वाटत होतं.

एक दिवस राधा खूप खेळली. सगळ्या पोरीत तिचा आवाज उंच झाला होता. केस गालावर, डोळ्यांवर आले होते. परकराची कास सोडून ती फुगडीच्या वेळी घुमत होती. घोड्याच्या वेळी चापून चोपून कास घालून चटाचटा उड्या मारत होती. झिम्मा खेळताना शेवटी शेवटी तिची काया भराभर झिम्मा द्यायची-घ्यायची. घाई उडून गेलेली. तशा पावसाळ्यातही तिच्या नाकावर, हनुवटीच्या खळीत घाम आला. कितीतरी दिवसांनी तो पाहायला मिळाला.

'काटवट-कण्या'च्या खेळात पोरींनी तिची वेणी सोडली. तिला घुई घ्यायला बसवलं. ओठांनी फुईफुई करत ती घुमू लागली. मान गोलगोल फिरवू लागली. केस चौरीसारखे चारी बाजूंनी झेपावू लागले. छाती वरखाली हलू लागली. तिचं ते रूप बघून मी थरकून गेलो. अर्धा एक तास तिचा दम पाहून बाकीच्या पोरी थांबल्या नि ती एकटीच घुमू लागली. थांबेचना. अंगात पुरी गौराई भिनल्यागत करू लागली. आमची आई आली. तिनं थांबायला सांगितलं तरी थांबेना. पोरीनी थांबविण्यासाठी बखोटे धरले तरी काही नाही.

शेवटी आईनं तिला पाणी प्यायला दिलं आणि घटाघटा पाण्याचा तांब्या तोंडाला लावून प्याली नि एकदम थकल्यासारखी होऊन उताणी पडली. सुटलेले केस, खोवलेला परकर, गळ्यात काही नाही, वर-खाली होणारी छाती, दोन्ही

बाजूला सैलपणे पडलेले हात-पाय बघून मी शहारून गेलो. आतल्या आत शरीर हादरून गेलं.

आई म्हणाली, "तू कशाला रं थांबलास हितं? जातोस का न्हाई?"

"बायकात तुझं रं काय काम हाय?" असं म्हणून पोरी हासल्या. हिरमुसला होऊन मी निघून गेलो.

पोटात गलबलल्यासारखं झालं. ते शरीर बघितल्यावर काळजात धडधडू लागलं होतं. असं वाटू लागलं की, तिला उचलून तशाच थकल्या अवस्थेत खांद्यावर घ्यावी नि तिच्या घरी पोचती करावी. तिचे केस पाठीमागे सारावेत, तिच्या गालावरून हात फिरवून तिला धीर द्यावा. डोकं सणसणू लागलं नि अंधारात मी एकटाच भगभगत्या मनानं भटकायला गेलो.

दुसरे दिवशी दुपारी आई, आक्का सोप्यात वाकळ शिवत बसल्या होत्या.

"आनशाक्का, आज खेळायला जेवणं करून जमू या." राधा घसाघसा आत आली नि आक्काजवळ बसली. बटा कानापुढं आल्या होत्या.

तिला न्याहाळून बघत आई म्हणाली, "राधे, काय ग तुझं हे वागणं!"

"काय झालं?"

"कशी चालतीस, कशी बोलतीस. लहानगी हाईस व्हय ग तू आता? लग्नाला आलेली पोर तू. केसं काय सोडलीस ही चारी बाजूनं. राती किती धुडगूस घाटलास त्यो! ऊर वर यायला लागलाय गाढवे, जरा मुरून चालत जा."

राधा खाली बघून ओठ आवळून हसत होती. ती गप्प बसल्यावर आईला बोलायला जरा जोरच चढला.

"मला न्हाई बाई बरं दिसत तुझं हे वागणं. जरा तरी डोळा खाली पडतोय तुझा? ह्या पणात पायांजोगं बघून चाललं तर ती पोरीची जात. तू थेट ह्या टोकासनं त्या टोकाला डोळं सोडून चालतीस. गाव तरी काय म्हणंल तुला?"

आई आणखी काहीबाही बोलली. राधा आरंभी खाली बघून थट्टेवर नेत हसत होती. पण आई जास्तच बोलू लागल्यावर ती हसेनाशी झाली. हळूहळू गंभीर झाली नि आईला वाकळ शिवायला मदत करू लागली. मी दाराआडून तिच्याकडं बघत पुस्तक घेऊन पडलो होतो.

गौरी जायचा दिवस उजाडला. सगळी गल्ली फुलून आली होती. पिशव्यांतनं, फडक्यांच्या गठड्यांतनं खिरापती घेतल्या होत्या. तांबे घासून पिवळेजर्द होत होते. मासोळ्या-जोडवी साबण-रिठं-रेतीनं स्वच्छ पांढरी होत होती. सगळ्या गल्लीचे दागिने, ठेवणीतली चोळ्या-लुगडी, शालू-पैठण्या बाहेर पडल्या होत्या. नटून-सजून पोरी सकाळची जेवणं आटपून घाईघाईनं गौरी भरायच्या उद्योगाला लागल्या होत्या.

आज शाळा नव्हतीच. पोरांनी निगडीच्या बारीक बारीक छप्या काढून आणल्या नि तलवारीसारख्या कमरेला खोवल्या. शेवटच्या दिवशी गौरी तळ्याला जातात. गावचं तळं तसं दोनएक मैल लांब आहे. मोठं-आहे. तिथनंच गावाला पिण्याचं पाणी मिळतं. तिथल्या शंकराच्या देवळासमोर गौरी फुगडी-घोडा धुंद होऊन खेळतात. जेवतात, खिरापती वाटतात, दिवसभर रंगून जातात.

तिकटीवर आपापल्या गौरी नि खिरापती घेऊन गल्लीतल्या पोरी जमू लागल्या. पोरंही नवे कपडे घालून ऐटीत एका बाजूला गोळा होऊ लागली. कायमचं म्होरकेपण करणाऱ्या गल्लीतल्या धोंडूमावशीनं विचारलं, ''सगळ्या आल्या काय ग?''

''सगी यायची हाय अजून. जरा थांबा. बनी बलवायला गेलीया तिला.''

सगळ्याजणी आपापल्या नथी-बुगड्या, फुलं-बिलवर, जोडवी-मासोळ्या सारख्या करत थांबल्या होत्या. काकणांचा किनकिन आवाज नि कालवा करणारी बोलणी एकमेकात मिसळून जात होती.

सगी, बनी नि राधी सगीच्या घरातनं धावत आल्या. राधी बायकांच्या घोळक्यात येईपर्यंत माझं तिच्याकडं लक्षच नव्हतं. मी पोरांत गडबड करत रमलो होतो. घोळका तीन ओळी करून तळ्याला चालला. आम्हीही हललो.

राधा समोर दिसली नि मी हलून गेलो. तिनं आईचा ठेवणीतला गुलाबी शालू नेसला होता. पहिल्यांदाच तिनं लुगडं नेसलेलं पाहत होतो. एरवी परकर-पोलक्यातच ती असायची. आता किती मोठी दिसत होती. एकशेवडी. बारीक बांध्याला गच्च शालूनं आकार आला होता. गुलाबी रंगात हिरवी चोळी, हिरव्या गुलाबीपणानं तिचा गोरा रंग गाजरासारखा दिसतेला. गालाचं लोणचं घालून खावं असा. लांबट गोबऱ्या चेहऱ्याला झगमगीत पदराची नाजूक किनार बसली होती. आरशातल्या पद्मिनीगत ती वाटत होती. बारीक बारीक काकडीच्या किरळीसारखी पायांची पोटं. तिनं त्यांत नक्षीची जोडवी, मासोळ्या घातल्या होत्या. पिवळ्याजर्द पितळेच्या तांब्याखाली तिच्या हाताचा कोवळा नाजूक तळवा लालेलाल दिसतेला. कपाळावर कुंकू-हळदीच्या दोन टिकल्या. मन उतरून टाकावं असं तिचं रूप. तिच्याकडं बघताना मला घाम आल्यागत होऊ लागलं. बेचैन होऊन बाजूबाजूनं तिच्याकडं बघत चाललो. तिची नजर समोर, अधनं- मधनं आपल्या शालूच्या पदराकडं, गळ्यातल्या अलंकारांकडं, तोंडात गौराईचं गाणं. मनोमन बाईपणाचं सुख भोगत तिची पावलं पडतेली.

तुडुंब भरलेलं तळं जवळ येत चाललं. भोवतीचा माळ हिरवेपणानं धुंद झालेला. नवी टवटवी आल्यानं वाऱ्यावर गवतं बेभानलेली. निळ्याभोर आभाळातनं तुकतुकीत ऊन पडून हिरवेपणावर मन मानेल तसं सांडतेलं. उंच उंच उड्या

माराव्यात, हातातल्या निगडीच्या छप्पीनं पोराबरोबर लढाई खेळावी, राधेसमोर दांडपट्ट्याचे चार हात खेळून तिला लढाई जिंकून द्यावी, असं मन झालेलं.

तळ्याच्या काठावर गौरी फुलून आल्या. फुगडीझिम्म्याचे घोळके प्रचंड कमळासारखे डोलू लागले. उमलून झीट येऊन पडू लागले. राधा मोहरून आली. झिम्मा खेळतानाची, पदर उडतानाची, गोऱ्याची लालेलाल होत चाललेली. फिरतानाची, गुलाबी, हिरवी, गोरी राधा. मनाला भोवळ आणत चाललेली राधा. तुकडे-तुकडे होत राधाच्या पायांखाली तुडवत चाललेला मी.

मी अकरावीला गेलो नि तिचं लग्न झालं. सगळं संपलं. कळी फुलायच्या आतच खुडून नेली. लग्नानंतर ती परत आलेली मला पाहायलाच मिळाली नाही. मात्र पहिल्यांदा सासरी चालली त्या वेळचं चित्र मनासमोर आहे. ती पोपटी पातळात उभी होती. मनासारखे दागिने तिच्या अंगावर होते. अंग आणखी धरलं होतं. भरतच चालली होती. चोळीही गच्च, दंडात, छातीवर किंचित रुतलेली. त्या दुपारी ती रडत होती. नाकाचा शेंडा आणि गाल लालेलाल झालेले. काळ्या रंगाचा, पण हातात सोन्याच्या अंगठ्या, भारीपैकी पट्टा असलेलं घड्याळ, गळ्यात सोन्याची साखळी, उलनचे चांगले कपडे असलेला तिचा व्यापारी नवरा हातात ट्रंक घेऊन बाजूला उभा होता. सगळ्या पोरींनी, गल्लीतल्या गंगूमावशीच्या वयाच्या बायकांनी राधाच्या भोवतीनं दाटी केली होती. सगळ्यांच्याच डोळ्यांत पाणी. नवऱ्याच्या रूपाकडं बघून तर त्यांना जास्तच रडायला येत होतं. राधाच्या आईवडिलांना श्रीमंताचं घर मिळालं होतं. तालुक्याला कापडाचं दुकान होतं. हुंडा द्यावा लागला नाही. राधाचं रूप हाच हुंडा. पाहिली नि पहिल्या नजरेतच पसंत केली.

आपल्या काळ्या नवऱ्याच्या मागोमाग ती चालली. गंगूमावशीच्या घरातलं वैभव अनोळखी गावाला निघून चाललं होतं. तिच्या पाठोपाठ तिकटीपर्यंत बायकांची गर्दी. पाठीमागं गल्ली मोकळी मोकळी होत चाललेली.

मला काहीच सुचेना. मी माझा रंग न्याहाळला. नवऱ्यापेक्षा कितीतरी उजळ होता. वाटलं, त्या काळ्याजवळ जाऊन त्याला दोन लाथा घालाव्यात. त्याच्या अंगठ्या, घड्याळ, साखळी, कपडे, ट्रंक सगळं हिसकावून घेऊन गावाबाहेर हाकलून द्यावं. त्याचे कपडे अंगावर घालावेत, अंगठ्या बोटांत घालाव्यात, मनगटात घड्याळ घालून हातात ट्रंक घ्यावी नि राधाच्या पुढं चालू लागावं. कुठल्यातरी अनोळखी गावी दूर निघून जावं.

पण मी उंबऱ्यातच अडखळून उभा होतो. माझ्या नकळत डोळ्यांत पाणी भरत होतं नि हात चौकटीला घट्ट धरत होते.

एस. एस. सी. होऊन कोल्हापूरला कॉलेजात गेलो. ती बाळंतपणाला आल्याचं कळलं. खरं म्हणजे शनिवार-रविवार गाठून गावी आल्यावर ती बाळंत झाल्याचंच

एकदम कळलं. तिला पाहण्याची इच्छा होती पण गंगूमावशीच्या घरात जाऊन त्या अंधाऱ्या खोलीत दिवा घेऊन तिला पाहणं मला शक्य नव्हतं. मला कुणी आत सोडलंही नसतं आणि मीही तसं जाणं घरच्या रीतीला धरून झालं नसतं. तसाच कुचंबलो नि सोमवारी कोल्हापुरी निघून आलो.

त्यानंतर पाच वर्षांनी मी एम. ए. ला असताना एकदा भेटली होती. तिचा गोरा रंग सुकल्यासारखा दिसत होता. पूर्वीपेक्षा बारीकपणा जास्त जाणवू लागलेला. मुलाला काखेतून आणून गटारीकडेला ती बसवायची. पोरं तिच्या भोवतीनं तुरतुरताना दिसत. घरी आली होती पण आईशी बोलली. जाताजाता माझ्याशी बोलली, "कसं काय दादा! आता पुन्याला न्हवं का?"

"हां!" तिनं दादा म्हटल्यावर माझ्या अंगावर झुरळ तुरतुरल्यागत वाटलं. मन कोरडं होऊन मी तिची चौकशी केली. 'बरं हाय, बरं हाय.' याशिवाय ती काहीच बोलली नाही.

मी सुका होत गेलो.

आज पुन्हा पाचसहा वर्षांनी तिला पाहत आहे. मधे जवळजवळ तिला विसरून गेलो होतो. नोकरीत रमलेलो. लग्न करावं असं आता वाटत आहे. अभ्यास संपल्यामुळं आणि नोकरीत तीन एक वर्ष स्थिरावल्यामुळं अंग थोडं सुखावलं आहे, सुटलंही आहे. मुली पाहण्यासाठी म्हणून गावी उन्हाळ्याच्या सुट्टीत येऊन मुक्काम टाकला आहे. आता मी शिकलो-सवरलो असल्यानं तसा गावात फारसा हिंडतही नाही. कुणाला गरज असेल त्यानं घरी भेटायला यावं, असंही वाटत आहे. घर पाहायला कोणीतरी येतील म्हणून आणि मला बसण्या-उठण्यासाठी म्हणून सोपा दुरुस्त करून घेतला आहे. पत्र्याच्या दोन खुर्च्या आणि एक लाकडी टेबल आणून ठेवलं आहे.

दुपारी चारला सहज चहा घेत खुर्चीवर बसलो होतो. अचानक समोरून राधा आपल्या मुलांना घेऊन जाताना दिसली. पुढं तिचे वडील, मागं राधा आणि तीन-चार पोरं. मी थक्क झालो.

माझ्या सांगण्यावरनं आईनं तिला चहा प्यायला बोलावून आणायला धाकट्या चंद्राला सांगितलं. दुसरे दिवशी सकाळी ती आली. लहानगं मूल तेवढं बरोबर होतं. सुकली होती, अंगावरची त्वचा चरबरीत जून दिसत होती. गोरेपणा कळाहीन झाला होता. नि डोळ्याजवळच्या हाडावर किंचित काळसर डाग उमटले होते. गालफडं आत बसली होती. तोंडावर, हातावर बारीक बारीक सुरकुत्या दिसू लागल्या होत्या. एकूण रूप पाहून फार वाईट वाटलं.

"बरं हाय राधा तुझं?"

"हाय की." पाचसहा वर्षांपूर्वी ती असंच बोलली होती. पण आता आवाज

खोल गेला होता.

"किती मुलं आहेत?"

"मुलं चार झाली की."

"फार झाली बाई..."

"पाळणा लौकरचा हाय. देव देतोय त्येला का न्हाई म्हणायचं हाय, दादा?"

परिस्थितीपुढं पार वाकून अगदी शरण गेल्याचा तिचा आवाज सांगत होता. एखाद्या वेलीसारखी पोरं जन्माला घालत होती नि टरफलासारखी सुकून जात होती. या सगळ्या परिस्थितीला तिनं देवाचं नाव दिलं होतं. बराच वेळ मी गप्प बसलो. चहा घेतला नि बाहेरच्या सोप्यात जाऊन बसलो.

माझ्याहीपेक्षा पंधरा एक वर्षांनी एकदम मोठी वाटत होती. पस्तीस-चाळिशीच्या बाईगत. खरं तर अजून पंचविशीही सरली नव्हती. ऐन तारुण्यातले हिचे हे दिवस. पंचविसाव्या वर्षी चार मुलं! मी काय पाहतोय हे! हिचं तारुण्य गेलं कुठं? हिची मधली पंधराएक वर्षं काय झाली? कौमार्यातनं एकदम प्रौढपणा, एकदम अंगावर सुरकुत्या! चार मुलं! चौदाव्या वर्षी जशी दिसली, तेथूनच उतरतीला लागून सुकली. ही कधी तरुण झालीच नाही...

चहा पिऊन, आईबरोबर घटकाभर बोलून ती जायला निघाली. मुलाला काखेत घेऊन सोप्यात माझ्याकडं पाहत एक क्षणभर थांबली.

"दादा, आता लगीन करून घ्या की." ती मला अहो-जाहोही म्हणू लागली.

मी हसलो, "घेऊ की. काय लग्नाची घाई आहे? तुझं लगीन होऊन तू पोरास्नीच जन्म देत बसलीस न्हवं?"

"संसारात बायकांच्या नशिबाला तर काय येणार हाय? हाय तेच बरं हाय म्हणायचं."

तिचं खरं होतं. काखेत मुलाला घेऊन ती आपल्या मुलाबाळांत निघून गेली. भिंतीकडेला लावलेली पोत्याची थप्पी उदास वाटू लागली. नव्यानं रंगवलेल्या घराचा सोपा गौर संपून गेल्यासारखा सुनासुना दिसू लागला.

◆

फुटलेलं पाणी

उन्हाळ्याचं दीस. वरनं तापलेल्या तव्यागत उन्हाचा ताव. खाली उसाचं पीक हिरवं न्हाऊ बघणारं. त्यात अखंड पाणी वतणारा जोरदार पंप. उसात वारा गुदमरून कोंडलेला. त्या उसात मंजीची पाण्याची पाळी. पायाखाली गारगार पाणी; पर अंगभर घाम, दंडाला, पिंढऱ्याला पाला कापतेला. कापलेल्यात घाम उतरून जखम चुरचुरणारी... पाणी तिच्याकडं बघत; वाकुऱ्यातल्या वाकुऱ्यात हिंडतेलं.

राधी दाल्ल्याचं जेवाण देऊन उसाकडंच्या बांधानं घराकडं जाईत हुती. मंजीचं पाणी बांधाकडंला आलेलं.

"कुठं गेलीतीस ग एवढ्या उन्हाचं?"

"म्हेनत्याची सामगिरी द्यायला."

"कुणाच्या मळ्यात?"

"शिंद्याच्या."

"म्हायारासनं कवा आलीस?"

"काल आली नि आज घाण्याला जुपून घेटलं.. भिकनुशाच्या घरातच आई-बानं दिलंय."

राधी बोलली. पर मंजीचं ध्यान तिच्या बोलण्याकडं न्हवतं. तिच्या दंडावरच्या चोळीकडं डोळं उडालेलं. मंजीनं राधीला इचारलं,

"आईनं घेटली ही चोळी?"

राधीचं मन सोन्यागत झालं. डुईवरचं वझं आवरत तिनं मान हलीवली.

"बटनाशी कशाला करून घेटलीस? वाढत्या अंगाला गाठीची चोळी असावी." असं बोलून मंजीचं मन म्हायेरला पाखरागत उडत चाललं.

"कवा मुलं-बाळं हुतील तवा गाठीची करून घ्यायची. तवर तरी आई-बाऽच्या घराकडनं हौस करून घेती." राधी आपल्याच कौतुकात बोलली.

"घे बाई. वाईच उतर की डुईवरचं तिरडं."

"जाती बाई. सासूचा जीव जाईल तिकडं... कामावर कामं रचून माझी वाट

बघत बसली असलं.''

''जाशील म्हणं, बस, धर तिरडं.''

राधीचीबी मान अवघडलेली. डुईवरचं जळणाचं तिरडं उतरलं. मानंचा कढ उतरत चालला. भगभगणारं केसाखालचं डोसकं सलाम पडलं.

''कणसं खाणार मक्याची?'' मंजी.

वाकुऱ्याच्या नाकाडांसनी मक्का घाटलेला. एका एका मक्क्याच्या काखंत दोनदोन कणसं. कणसाच्या डुईवर रेसमाचं जावाळ.

''कवळीलूस हाईत बघ. गुळचाट लागत्यात. दोन खाऊन तरी बघ.'' मंजीनं अधिकच आग्रह केला.

''हिरवीच?''

''त्येला काय हुतंय? आगं, उलट कवळी कणसं हिरवीच खाल्ली म्हंजे आकडी दूध लुचल्यागत वाटतंय... जून झाली म्हंजे मग भाजून खाल्ल्याबिगर चांगली लागत न्हाईत. हे धर.''

''कोणतरी येईल बाई एकाएकी.'' राधा.

''कोण न्हाई यायचं. तिकडच्या खांडाला समदी पाला काढायला लागल्यात उसात.''

''आणि तुझ्या दाल्या-बिल्यानं धावंवरनं बघिटलं म्हंजे?''

''पांदीतनं जाणारं माणूस उसाच्या आडानं दिसत न्हाई धावंवरनं.''

जळणाचं तिरडं वाट बघत बांधावर बसलं. राधी हवा कोंडलेल्या उसात शिरली... आत पाणी आलेलं. वाकुरं तुडुंब भरलेलं. मंजीनं भुसभुशीत करून दार मोडलं... पाणी पाटानं व्हायला लागलं. मंजी बघत बसली. राधी कणसाचं दूध लुचायला लागली.

''गावातल्या गावात म्हायार असून मला लावून देत न्हाई बघ कुणी.'' मंजीच्या मनाला व्हट फुटलं.

''कशापायी गं?''

''काय भांडणं झाल्यात कुणाला दखल?... म्हायारचं नाव काढलं की 'तिकडंच जा' म्हणतोय म्हेनत्या. आणि आई-बाऽबी तिकडंच गपगार असत्यात.''

''मी सांगावा सांगू त्यांस्नी?''

''नगं, छपन्न सांगावं सांगितलं, 'दिली तिकडं मेली' म्हणत्यात. ते तरी काय करतील? बलवायला कुणी आलं की म्हेनत्या लावूनच देत न्हाई. नि तसंच परत गेलं की 'तूच सांगावा धाडला हुतास' म्हणून मग माझा भूस पाडतोय... तिकडं आईला जाऊन कुणीतर हे सांगतंय. मग आईबी म्हणती, ''पोरीचा मारून जीव घेईल त्यो. कोण जाईत जाऊ नका तिला बलवायला. काय मरत न्हाई काय न्हाई.

येतीया कवा कवा चोरून तेवढं रग्गड झालं.''

''चोरून जातीयास?''

''मग काय करायचं तर? बाजारा दिशी कवाकवा बाजारचं निमित्त काढती नि घटकाभर जाऊन येती.''

''आणि कुणी सांगत न्हाई व्हय ग?''

''तर ग. कवाकवा तर कुणी चाडी करतंय नि मग कायतरी निमित्त काढून त्यो मारतोय... लई मारका हाय. मगाशी तर भेंडीत मीठच न्हाई म्हणून जेवतानं पाटीत चार कोयंडं वडलं.''

हुबार हुईत चाललेलं पोट दोन्ही मांड्यांच्या मधी घेऊन ती तिथंच बोलता बोलता अबदार बसली. हळूच चोळीची गाठ सोडली नि पाठीमागनं चोळी वर उचलली. अंगठ्यागत मोठं चार-पाच हिरवं कुंड गोऱ्यापान पाठीवर उठलं हुतं. राधी मोठं डोळं करत फुडं सरकली. पाठीवरनं हात फिरवून आतल्या आत मुक्या जनावरागत कळवळली.

''काय गऽ बाई तुझा न्हवरा ह्यो! काय मारलंय ग हे वाघानं.''

''तूच बघ आता. हेच नाण्णं नि ह्यो भोग.'' लसणाऱ्या पाठीवरनं चोळी खाली वडत तिनं हुती तशी गाठ बांधली.

दयामाया नसल्यागत ऊन वर उसळत हुतं. बुडी कवळीलूस पिकं कोळमसून खाली माना टाकत हुती. कपाळावरचा घाम पुसत राधी म्हणाली, ''माझा म्हेनत्या मारतो; पर असं ढोराला बडीवल्यागत कवा न्हाई बाई.''

तिचं कणीस हातात तसंच ऱ्हायलं. रानमांजार उसातनं एकाएकी बाहीर आलं नि ती लाक करून हलली. मांजार बांधावरच्या बेटात गडप झालं.

''थांब. पाण्यानं वाकुरं भरलं. दार मोडती.'' मंजी उठली.

''मीबी जाती बाई. कोण तरी अचानक येईल नि माझाबी भूस पाडतील.'

''थांब हं जरा.''

तिनं दार मोडलं. तुंबलेलं पाणी पुन्ना दुसऱ्या वाकुऱ्यात व्हायला लागलं.

''आमच्या घरावरनंच जाणार हाईस न्हवं?''

''व्हय.''

लगीच तिनं कडाकडा पाच-सात चांगली कणसं मोडली.

''ही घे एवढी कणसं. घाल वट्यात. वाटंवरच घर हाय आमचं. तेवढी घरात दे... आईला न्हाईतर चिमणीला हाक मारलीस की लगीच कुणीतरी येईल घरातनं.''

''कशाला देतीस? त्यांस्नी काय कमी हाय व्हय तिकडं? उगंच कुणीतरी बघिटलं म्हंजे माराला धनी हुशील.''

''मारू दे तिकडं. कवातरी मरायचंच हाय. धाकट्या भावापायी जीव तुटतोय.

कवातरी गेली म्हंजे 'आक्का, खायाला काय आणलंस?' म्हणून फुडं येतोय. त्या वक्ताला काय न्ह्यायचं चोरून?... वैनीबी हिंदूच्या हातात एकादं बिरकुंड देऊन माझं नाव काढंल... पाण्यागत जिवाला वड लागती बघ तिकडची... तुझं आपलं बरं हाय. लांब असलं तरी म्हायार मिळतंय... चोळी खाऊच्या पानागत हाय बघ... आळं केलंस?''

''छल्! अजून काय न्हाई. सजावारी घेटलीया.''

''असू दे बाई. हिरवी दिसली म्हणून इचारलं.... आणि हे बघ; आईला म्हणावं; कायतरी निमित्त काढून ये एकदा. एकाद्या वक्ताला लावून दिली तरी दिली... धर, उचलू लागती.''

राधीच्या मानंवर जळणाचं तिरडं दिलं. मान जमिनीतल्या खुट्ट्यागत जिथल्या तिथं बसली. रुतलेलं तिरडं मानंवर धरून उन्हात इरघळत ती घराकडं चालली... घरावरनं ती आता जाणार. 'मंजीची आईऽ' म्हणून दारात हुबी ऱ्हाऊन हाक मारंल. आई येईल. धाकला भाऊ दुडदुड पळत येईल. 'कणसं कणसं' म्हणून मिठी मारंल... आई इचार-पूस करंल नि डोळं पाण्यानं भरंल...

मंजीच्या डोळ्याम्होरं समदं हुबं ऱ्हायलं. व्हावून जावं एवढं पाणी डोळ्यांत आलं.

...उनानं बाहीरनं कोंडलेला ऊस आतल्या आत पाणी पीत हुता. वाकुरी भरून फुटत होती.

भरल्या डोळ्यांनी ती तशीच उसात गेली. पत्त्या न्हाई ते पाठीमागची पाण्याची दारं फुटली हुती.

''काय गऽ बाई भराभरा ही वाकुरी भरत्यात.''

तिनं भसाभसा बोद उकरून पायाजवळचं फुटलेलं दार बांधलं. चिरंपाटानं वाकून सरळ खांडपाटाकडं आत बघिटलं.

तिच्या हातातली कुदळ धबाक करून खाली पडली नि झाळ्ळदिशी तिच्या काळजाचं पाणी झालं... रानमांजरागत दोन राठ डोळं खांड पाटाला चमकत हुतं. मुठीत त्योच चाबकाचा कोयंडा गच्च धरलेला नि सापाच्या शेपटीगत त्येची वादी चळवळतेली... मंजीच्या हिरव्या झालेल्या पाठीच्या कण्यातनं नागिणीगत कळ वर सरकत गेली.

◆

बायकांचा जलम

दीस नुसता तासभर उरला. पाटंचं दोन-अडीच तास रातीला लेक उठलेली. अजून तिच्या हाताला डुई खाजवायला सांदा मिळंना झालाय. काय हिचा ह्यो जलम. एवढं कष्ट करूनबी भावाच्या लगनाला येणार म्हणती. भावाचं लगीन. हौसबी असणारच. खरं, पर जिवाची दमणूक किती ही... मला बसलेला जागा उठवत न्हाई. तरीबी मी पाटंपासनं डोळं ठेवून आपलं बघतीय.

कोंबडं आरडलं तवाच हातरुणात उठून ही बसली. हातपाय खळबळून झटक्यानं भांडी घासून घेतली. चुलीवर भाताला ठेवून गोठ्यात गेली. गेली ते चारपाच म्हसरांचं, शेरडांचं श्याण-घाण काढून मगच हातपाय धुऊन परतली. परतता परतता ढोरांस्नी चारा घातला नि चुलीवरचा शिजत आलेला भात रक्शावर ठेवला. खसा खसा वांगी चिरून कोरड्याशाला फोडणी टाकली नि भाकरीला बसली.

अर्ध्या तासात भाकरी आटोपल्या. तंवर ढोरांनी आपल्या पुढ्यातल्या वैरणीच्या पेंढ्या संपवलेल्या. ते बघितलं नि धारंला बसली. तीन ढोरांची धार तासाभरात पिळली. तवर दीस वर आला. मग आंघूळ-पाणी, समदी उठल्यावर च्याऽ...तासभर दिसाला समदं आवरून दूध घालून यायला निघाली.

–असा कामाचा घयटा लावती. दोन माणसांचं काम एकटी वडती. एवढी कामं करती, खरं तिच्या हातातलं काम सून म्हणणारी कवा घेत न्हाई का कवा तिला सुखाचा शबूद देत न्हाई. तशी माझी लेक चांगल्या पायगुणाची. तिच्या आदूगर माझी तीन लेकरं वर्सा वर्साच्या आत मातीआड केलेली. दोन ल्याक नि एक लेक. मग मी पोटुशी ऱ्हायली की आदूगर पोटात भयाचा गोळा उठायचा. हे पोटातलं जगतंय का न्हाई कुणाला ठावं; अशी कातरी जिवाला लागायची. पोटातलं जगू दे, वाचू दे म्हणून देवाला नवसं केली. तवा ही जन्माला आली. काळी निच्चळ. त्येंच्या चेहऱ्यावर चेहरा मारून आली. त्येंचं रूप तोंडावर वारंफोड्या आलेल्या पंढरीच्या इठूबागत. कमरंवर हात ठेवून हुबं केलं तर इठूबा अवतरला म्हणून समदं गाव जमंल, असा रंग. आईनं मला त्येंच्या गळ्यात बांधायचा घाट घातला तवा

मी जीव द्यायला निघाली हुती. पर जमलं न्हाई. जमीन-जुमल्याकडं बघून मला दिलेली. फुडं फुडं माझ्या ध्येनात आलं की त्येंचं रूप जसं इठूबाचं तसं गुणबी त्येचंच हाईत. मला तेच ध्यान आवडू लागलं. तुकाराममहाराजागत माझी अवस्था झाली.

...तर ही लेक झाली. कशी का असंना, जगू दे वाचू दे; माझं पोटपाणी फळू दे; त्येंच्या वंसाचा येल गगनावर चढू दे म्हणून हिचं नाव धोंडी ठेवलं आणि ही धोंड्या दुखळात जगली. धोंड्या दगडागत ऱ्हायली. ना आजार, ना रोग. ना दुखणं ना खुपणं. घरात हाय का न्हाई अशी ऱ्हायाची. पाचव्या सहाव्या वर्षापासनं हाताबुडी कामं चुटूचुटू करतीय. तवापासनं तिच्या नशिबाला काम लागलंय ते अजून सुटलं न्हाई.

तिच्या मागूमाग ईस्वरा झाला. मग सर्जा. त्येच्यावर चार वर्सांनी जिजी. तिन्हीबी जगली पर जिजी वर्साची असतानाच ह्ये मुदतीच्या तापानं गेलं... माझ्या रांडमुंड बाईच्या गळ्यात चार लेकरं...दिराबरोबर मी सोता कमर कसून कामं केली. मुटक्याएवढ्या माझ्या धोंडीनं माझी तीन पोरं संभाळली. त्येंचं हगणं, मुतणं, जेवणं, खाणं तीच बघायची ...ह्या कामाच्या रेट्यात लेक चिंबून गेली. शेवरीगत एक शेवडीच ऱ्हायली. कधी खाल्लंस का न्हाईस हे इचारायचीबी मला चोरी. दिराचा अंमल घरावर चालायचा.

तरी दीर बराच. हालात ख्याल करून लेक लगनाला आली नि दिरानं द्याज देऊन लेकीचं लगीन करून दिलं. रूप बघून तिला कुणी करून घेतली असती का नसती सांगवत न्हाई... पर गरीब असंना का; न्हवरा करून देऊन तिच्या अंगाला हळद तरी लावली.

तीन वर्सांनी ईस्वराचं लगीन केलं नि आमच्या वाटणीचं रान आम्ही घेऊन येगळं झालावं. तवर दोनतीन वर्सांत लेक मागं आली... हुयाचं तेच झालं.

अंगाची हळद निघाली न्हाई तर भांडणं सुरू झाली. आळूबाई-बुळूबाई करून, जावायाचं पाय धरून, दोन-तीन सणाला हिकडं बलवून, पेहराव करून त्येची समजूत काढली. तवर पोटाला एक लेकरू झालं. मला वाटलं आता ह्येंचा संसार सुरळीला लागला. पोरंबाळं हुयाला लागली. दोघांचंबी जीव पोरात गुततील... पर कुठलं काय नि फाटक्यात पाय. नात रूपानं आईगतच झाली. दाल्ल्याचं मन उतारलं. निदान तेवढा ल्योक झाला असता, देवानं बोटभर मांस जास्त दिलं असतं तर लेकीचं नशीब धड ऱ्हायलं असतं.

त्याच वक्ताला कोण एक गत्तकनोडी, उठवळ घोडी आपल्या न्हवऱ्याला गिळून बसून परत त्या गावात आलेली. ती आली नि लेकीच्या न्हवऱ्याला तिची चटक लागली. मग दोघांनी पाट लावून घ्यायचं ठरविलं नि दोघांनी मिळून लेकीला बाहीर काढली.

मुकाटवाणी लेक आपल्या लेकीला घेऊन परतली.

"का गं?"

"दाल्ल्यानं बाहीर काढली."

"का?"

"काय सांगायचं तुला?"

"तरी असं घडलं काय?"

"ती उठवळ रांड घर घुसलीया त्येंचं. ती माझ्यापेक्षा रूपानं हाय. मी काळी. त्येचा बसला जीव तिच्यावर."

"झिंज्या धरून वडून काढायची न्हाईस का त्या घरघुशीला?"

"त्येच्या मनात ती हाय तर झिंज्या धरून तरी काय फायदा?"

...सगळं सोसत गप बसली. पसाऱ्यात मिळून गडी-माणसागत कामं वडू लागली. कुणाचा सुखाचा शबूद न्हाई. माझं हातपाय थकलेलं. मी घरात असून नसल्यागत. ईस्वरा कर्ता झालेला. नव्यानं बायकू आलेली. तिच्या अंकीत झालेला. त्येला वाटतंय, 'आक्कानं आपल्या दाल्ल्याकडं जावं. हितं राबायचं ते तिथं राबून खावं. सवत असली म्हणून काय झालं; भणी भणी समजून एका जागी दीस काढावंत. न्हाईतरी पैलं एका एका दाल्ल्याला दोन दोन, तीन तीन बायका असायच्याच. त्या दीस काढत हुत्याच की. एवढं करूनबी न्हाईच जमलं तर त्याच गावात सवतं घर करून रोजगार मिळवून पोट भरावं... देवानंच तिला तसं रूप दिलंय तर आम्ही तरी काय करणार?... आई, तू तिची येवस्था करून दे बघ तिकडं.'

लेकीचं मन त्येला काय कळणार? अजून पोरसवदाच त्यो. त्यात बापईगडी. तरणा. आपल्या संसारात दुसऱ्या कुणाची लुडबूड नसावी, असं वाटतंय त्येला. मनात साधा हिशोब घालून बसलाय त्यो... पर एवढं साधं हाय व्हय नाण्णं? तरीबी मी त्येची समजूत काढायला म्हणून लेकीला घेऊन जावायाकडं जाऊन आली. तर त्यो मलाच उलटं सांगाय लागला. "मी गरीब म्हणून तिला एक गळ्यात बांधून घेतली. पर तिच्या पोटालाबी तिच्यासारखीच वांडरं जल्माला येऊ लागली. ते कोळसं आता कुणाच्या घरात मी खपवायचं? द्याज देऊन पोरींस्नी दुसऱ्याच्या घरात घालायला माझ्याजवळ काय तुमच्यागत जमीनजुमला हाय? रोजगारी माणूस मी... तिला गप गावाकडं न्ह्या जावा. तुमच्या मागं भावाच्या वळचणीला राबून, पोट भरून खाऊंद्यात मायलेकी. हितं ऱ्हाईल तर कुतऱ्यानिपट जगावं लागंल तिला नि एक दीस उपाशी मरावं लागंल.. डुकरिणीगत तिचा रंग; तिच्या पोटाला ससं कसं येतील?... माझ्या वसाला डांबरी रंग देऊन मोकळी हुईल ती."

तिचं मन नासल्यागत झालं. साऽम्हैनं सुतारपाखरागत तिच्या डोसक्यात

न्हवऱ्याचं बोलणं टोची मारू लागलं. रडली रडली रडली. डोळ्यांतलं पाणी आटून गेलं, अंगावरचं मांस झडून गेलं. सुकलेल्या खारकंगत रूप झालं. निम्मी-सिम्मीबी ऱ्हायली न्हाई...कुणाजवळ बोलणं न्हाई का चालणं न्हाई. राग नुसता कामावर काढायची.

एक दीस रातचं सामसूम झाल्यावर ईस्वरानं माझ्याजवळ येऊन तिच्या लगनाचं बोलणं काढलं.

"आई, तिची आता पैल्या दाल्ल्याकडनं सोड घेऊ या."

"आणि?"

"आणि काय? दुसरं लगीन करू या. कुठंबी बिजवर मिळंल. चार पैसं खर्चू या नि तिची दुसरी घडी बसवू या."

"असं कशाला करतोस, लेका?"

"का? अजून तरणी तर हाय. अजून काय लगनाचं वय गेलं न्हाई. एका पोरीवर ती हुबा जलम कसा काढणार? बाईमाणसाची जात. भराचं दीस. कुठं तरी पाय घसरला तर नको ती बैदा होऊन बसायची."

कुणी तरी शिकिवल्यागत ईस्वरा बोलला. माझ्या काळजाचं पाणी झालं. लेक पलीकडच्या सोप्यातच आपल्या लेकीला उरासंगं घेऊन थकून भागून निजलेली... ती जागी असंल तर? मला फुडं बोलवंना. तरी ईस्वराला काय तरी तोड पाहिजे हुती. मी अडचणी सांगू लागली.

"तिच्या पोटाला एक लेक हाय. त्या लेकरासकट कोण तिला पदरात घेणार? बिजवर बापयाचं येगळं; बायकाच्या जातीचं येगळं असतंय बाळा. बिजवरला पोरं असली तरी त्येचं कुणाला काय वाटत न्हाई. पर बाईला लेकरं असतील तर बिजवर लगीन करत न्हाई."

"न्हाई कसा?... शकीला आपूण आपल्या घरात वाढवू. लगीन ठरीवतानं तसं सांगू."

"अवघड हाय ते."

"काय अवघड न्हाई, तू नुसतं हूं म्हण. मी फुडचं बघतो. तिला तयार कर."

पोराला सगळं समजून सांगावंसं वाटू लागलं. पर पोरगं तापट. लगेच संतापत हुतं. हे उमजून मी दमानं त्येला सुधरून सांगू लागली, "ईस्वरा, तू या घरातला कर्ता माणूस. बाऽ मागं समदं घर आता तुलाच सांभाळलं पाहिजे. धोंडीचं रूप काय हाय हे तुला ठावं हाय. आता एकानं उतरून ठेवलेला धोंडा पुन्ना जाणून-बुजून दुसऱ्याच्या गळ्यात कशाला बांधायचा? त्येनंबी उतरून आणून पुन्ना आपल्या घरात ठेवला तर?... समद्या घराचंच फटवागाटं हुयाचं. त्यापेक्षा पोरगी राबून खाती घरात, तर खाऊ दे तिकडं. तुझी भनच हाय ती. दोन गड्यांचं काम एकटी करती.

शिवाय ढोरांच्या आमुणात घालायचं शिळंपाकं अन्न तुझी बायकू त्या मायलेकीच्या फुड्यात ठेवती. तरीबी त्या दोघी हू न्हाईत का चू न्हाईत. शकी पाच-सात वर्साची हाय तर दीसभर तुझ्या दोन्ही पोरांस्नी संभाळत बसती. घर लोटती, दार लोटती, येळं-पर्संगाला पडंल ते काम ती करती. एवढ्या घरात ती दोन माणसं काय जड हुत्यात तुला? ...आणि भाऊच होऊन आली असती तर ती? हाय त्या आठ एकराचं तीन तुकडं करावं लागलं असतं.''

''आई, एवढी लांबड इनाकारण कशाला लावतीस तू? ती तरणी हाय. लगीन करून दिलं तर तिच्या जन्माचं सुख तिला मिळवून दिल्यागत हुईल; उगंच तू का मधी पडतीयास?''

''तिला लागणार न्हाई सुख.''

''कशावरनं?''

''मी इचारलंय तिला.''

''काय म्हणती मग ती?''

''दुसऱ्या लगनानं आपलं लेकरू आपल्यापासनं तुटतंय असं ती म्हणती. त्येला पोरकं करून मी माझं सुख भोगणार न्हाई म्हणती..... सगळा इचार करून बसलीया ती. तिला तसंच व्हावं असं वाटतंय.''

''आयला बैदाच झाली म्हणायची... तूबी तिच्या भनं! त्या पोरीला तिच्या बाऽच्या गळ्यात टाकून यायची न्हाईस काय? कशाला घेऊन आलीस ते नसतं लचांड हिकडं?... म्हंजे मला आता जलमभर ही भन आणि हिची लेक पोसावी लागणार आणि त्या लेकीला अशीच वाढवून तिचं लगीन करून द्यावं लागणार... कुठं खपणार मखुटा ह्यो!... तू काय आज हाईस नि उद्या न्हाईस.'' वैतागून ईस्वरा उठला नि निजाय गेला.

...'ते' मरून गेलं ह्येच्या येदना ह्या वक्ताला एवढ्या झाल्या की ते पर्तक्शात मेलं तवाबी झाल्या न्हवत्या. पोरगं तरणं. जगाचा अनुभव न्हाई का आळापेंढा न्हाई... जरा मनासारखं झालं न्हाई तर संतापतं. 'सवतं व्हातो' म्हणतं. तसं म्हणाय लागलं की माझ्या जिवात धागधूग हुतं. घर फुटतंय का काय ह्येचं भ्या वाटतं.

...त्यो उठला नि मला वसवसा आला की माझी लेक अजून जागीच हाय. म्हणून मी चिमणी हातात घेऊन सजावारी सोप्यात गेल्यागत गेली.. तर लेकीनं पोरीला उरासंगट मिठी मारलेली. डोळं मिटलेलं. व्हट फुरफुरणारं. रडं आवरंनासं झालेलं. तरी डोळं गच्च मिटलेलं. पर डोळ्यांतनं पाणी खाली सांडून गालाजवळची वाकाळ चिंब भिजलेली. एकदा असं वाटलं हाक मारावी नि समजूत काढावी. पर तोंडात आलेली हाक मागं दाबली... तिनं डोळं मिटून निजलं असल्यागत दावलं त्येचा फायदा घेतला नि मुकाट परत फिरली... रातभर मलाबी नीज न्हाई... आपल्या

संसारात ईस्वराला आपली सख्खी भनबी खपंना. एवढा कसा बायकूच्या अंकीत झाला ह्यो?

असंच दीस ढकलत आली. लेक मन मारून कामं करतच ऱ्हायली. पावसाळा आला. पेरण्या झाल्या. दसरा-दिवाळी येऊन गेली. सुगी घरात आली. घाणं-गुऱ्हाळ झालं नि गुढीच्या पाडव्याला सर्जाचं लगीन ठरलं....

आज सांजचं त्येचं वऱ्हाड घेऊन जायाचं. पोरीचा बाऽ आपल्या दारात लगीन करून देणार हाय... ह्येच्या लगनाचं गोड-धोड, खाराट-तिखाट करायला लेकच म्होरं. गेल्या आठ दिवसांत तिच्या तोंडावर येगळंच तेज आलंय. अशी पाटंचं उठती नि समदं गाव निजल्यावर कवा मध्यान्ह रातचं निजती.... 'माझ्या भावाचं लगीन, माझ्या भावाचं लगीन' असं गावभर सांगती.

...ही काय दूध घालून आलीच.

आली नि उरलेलं दूध पात्याल्यात वतून, त्यात थोडं पाणी घालून चुलीवर ठेवलं. सैपाकाचं सगळं आवरलंच हुतं.

घमेल्यात पाणी घेऊन बसली. मला काय कळंनाच कशाला पाणी आणलंय ते. परड्याकडच्या दिवळीत एका फडक्यात बारकंसं गठळं बांधून काय तरी पडलं हुतं. ते तिनं आणलं नि घमेल्यात सोडलं.

"काय गं धोंडू ते?"

"वाळू."

"वाळूनं काय करतीस?"

"काय न्हाई."

फुंड मग मीबी काय बोलली न्हाई. काय करती बघू तरी म्हणून गप्प बसली. दिवळीतला साबण घेतला. तिची एक बारकीशी फणेरी पेटी होती. तिला बारकंसं कुलूप हुतं. ते तिनं काढलं नि पेटीत जोडवी, मासूळ्या, लग्नात केलेली म्हवन माळ, फुलं हलक्या हातानं घेऊन घमेल्याजवळ बसली. हाताला साबण लावून, हातात सराफागत वाळू घेऊन साबण-वाळूनं जोडवी, मासुळ्या, फुलं पाण्यात घसाघसा घासू लागली. कसलीबसली वाळू दागिन्याला घासून चालत न्हाई म्हणून मला काळजी वाटू लागली. मी गडबडीनं इचारलं; "काय करतीस गं हे?"

"दागिन्याला उजाळा देती."

"आगं पर त्येला कसलीबसली वाळू चालत न्हाई. दागिना झिजतो अशानं."

"मी वड्यासनं वस्त्रगाळ करून आणलीया ती. तू नगं काळजी करू." ती खाली मुंडी घालून घासूच लागली. ईस्वरानं दोनचार दीस झालं आपल्या बायकूचं दागिनं तालुक्यासनं उजाळा देऊन आणलं हुतं. खरं तर त्येचं लगीन होऊन तीन चार सालंच झालेली. इतक्यात पुन्ना उजाळा देऊन आणण्याचं काय कारण न्हवतं.

तरी आणलं... एका तोंडानं धोंडीला 'तुझं काय उजाळा देऊन आणायचं हाय काय, गं आक्का?' म्हणून इचारायचं न्हाई त्येनं?..... एवढा कसा घुमण घुसक्या झालाय ह्यो? ...वाघ्या, तुला अंगाखांद्यावरनं तिनं खेळीवलंय, नाचीवलंय. ल्हानाचा थोर केलंय. तूबी माझ्याच पोटातनं आलास नि तीबी त्याच आतड्यातनं आलीय. तिच्या पायगुणानं तुम्ही जगलासा तरी. न्हाई तर तुम्हीबी मातीआड झाला असतासा... तुझ्या बाऽचंच रूप घेऊन आलीय न्हवं ती?

नगं नगं ते मनात येत हुतं तरीबी मी खोपडा धरून गप्प बसलेली. माझं काय आता पाच ऱ्हायलं, पन्नास गेलं. हातपाय ठकल्यात आता. डोळ्यादेखत आता शेवटाच्या पोरीचं तेवढं लगीन झालं म्हंजे झालं.

दीस असाच गडबडीत गेला. लगनासनं जाऊन येऊस्तवर बल्लाळाचा बाळू मळ्यातलं व्हयन्हवं बघायला ऱ्हाणार हुता. त्येची बायकू घरातल्या म्हसरांचं बघणार हुती. नुसता एक दिसाचा मामला हुता. दुसऱ्या दिशी आम्ही परत येणारच हुतो.

दुपार झाली नि वऱ्हाड न्ह्यायला गाड्या आल्या. लेकीनं नि सुनंनं लाडवाचं, खडुगळ्याचं, पापड्याचं, कानवल्याचं डबं भरलं. कापडं घेतली. व्हयन्हवं गाडीत ठेवलं. जिजी कवाच नटून बसलेली. सून पोरांस्नी अंगडं-टोपडं घालतेली.

लेक कामं आवरून उठली. तिनं शकीच्या अंगावर परकूर-पोलकं घातलं. कवा तरी दुकानातनं आणलेली पलास्टिकाच्या मण्याची रंगीत माळ तिच्या गळ्यात अडकवली. शकी खुशीनं हिकडं तिकडं उड्या मारू लागली.. मग लेक न्हाणीकडं गेली नि हातपाय धुऊन आली.

ठेवणीतलं लुगडं-चोळी काढलं. उजाळा दिलेलं दागिनं काढलं. आज सकाळीच तेल चपचपीत लावून तिनं डोसकं इचरलं हुतं. त्येच्यावरनं पुन्ना तेलाचा हात फिरीवला नि तेच तेलाचं हात पायावरनं, हातावरनं, तोंडावरनं फिरवलं... ठेवणीचं लुगडं, दागिनं तिच्याच लगनातलं. तिच्या लगनाचं दीस मला आठवलं नि भडभडून आलं.

पडदीच्या आडुशाला जाऊन सगळं नेसून सवरून बाहीरच्या सोप्यात आली... काळं निच्चळ रूप. काळ्याभोर तोंडावर लालभडक ठळक कुक्कू. पांढरं पांढरं उठून दिसणारं दात नि डोळं. हातापायांची उन्हातान्हात करपून झालेली लाकडं. छातीवरचं मांस कवाच जाऊन लगनातल्या चोळीची अंगावर ढिली पिसवी झालेली. मनगटापत्तोर वर जाणारी काकणं. खोल गेलेलं डोळं.... आज भावाच्या लगनासाठी नटून बसलेलं, मोठ्या सुखानं हिकडं तिकडं करणारं थोरल्या भणीचं मन घरातनं हिंडत हुतं.

तासभर दीस उरला नि वऱ्हाडाच्या गाड्यांचं गाडीवान गडबड करू लागलं. सून नि तिची पोरं गाडीत जाऊन बसली. शकी एका नातवाला घेऊन तिथंच काय

तरी बुलूबुलू बोलत बसलेली. जिजीनं माझ्या हाताला धरून कसंबसं मला गाडीत चढवून नीट बसवलं.

लेक मागं दारं लावत, कड्या घालत, कुलपं घालत हुती...ईस्वरा दारात हुबा राहिलेला. काय तरी मनात येऊन त्यो धोंडूला म्हणाला, ''आक्का, आपून समदंच लगनाला चाललोय. अशा वक्ताला घराला कुलूप घालून बंद करू ने म्हणत्यात. काय करायचं?''

लेकीचा कुलूप घालणारा हात तसाच थांबला. तेवढ्यातनंबी ती हळूच बोलली, ''परड्याकडंच्या गोठ्यात बाळूच्या बायकूला आपूण ठेवलियाच की.. घर उघडंच हाय म्हणायला पाहिजे.'' तिच्या मनातली करवली बोलत हुती.

''तसं कसं?''

''मग आता काय करायचं?''

''मला वाटतंय तू ऱ्हावंस घरात. सर्जा, सर्जाची बायकू हिकडं आल्यावर कुणी तरी तिला घरात घ्यायला, ववाळायला, पायावर तुकडापाणी घालायला पाहिजेच की.''

''.......'' तिच्या हातातलं कुलूप हाताতच ऱ्हायलं.

माझं पाय बसला जागा सोडंनात. मी तोंड शिवलं. ईस्वरा चटाकदिशी गाडीत येऊन बसला.

''जाऊ दे.'' गाडीवानास्नी म्हणाला.

इजंचा झटका बसावा तशा गाड्या हलल्या... धोंडू त्या चाललेल्या गाड्याकडं बघत हुबी ऱ्हायलेली... आता तिचा भाऊ लगीन होऊन येणार हुता. त्येंच्यावरनं तुकडा-पाणी ववाळायला ती बाऽचं घर धरून बाऽचंच रूप घेऊन हुंबऱ्यात हुबी ऱ्हाणार हुती.... माझं डोळं बायकाचा जलम आठवून सारखं भरून येऊ लागलं.

◆

नरमेध

दीस डोक्यावर चढत असताना ती माळाला लागली. गाव सोडून बाहेर आल्यावर मोकळं वाटलं. किती तरी दिसांनी मोकळ्या हवेतलं ऊन अंगावर सांडत होतं. बरेच दिवस कोंडवाड्यात अडकून पडलेलं जनावर अचानक सुटून बाहेर पडावं, तसं झालेलं. तिला ते ऊन पाण्यागत प्यावं असं वाटू लागलं. भोवतीनं कुणी दिसत नव्हतं. माळावर सांडणारं ऊन कुणी भोगतच नव्हतं.

तिनं मागं बघितलं. गाव लांब लांब जाऊ लागलं. घरातनं आता कुणी पाठलाग करायला येणार नव्हतं. नवरा सकाळीच टूरवर गेला होता. दुसरी बायको शालन दिसांत पडल्यामुळं अवघडून गेली होती. पहिलं पोर तिला सतत चिकटून बसणारं. त्यामुळं तीही हिला शोधत येणं अशक्य होतं.

परसाकडचं निमित्त करून सुमा बाहेर पडली होती आणि तशीच माळाला लागली होती. डोसक्यातला गुंता तिला घटकाभर कमी झाल्यागत वाटला. उन्हात अंग पिवळं पिवळं दिसू लागलं. तिनं ते पुनः पुन्हा न्याहाळलं. वाळून खारीक झालेलं. रात्री डागलेले हातावरचे डाग दिसले. मटारीच्या शेंगागत टंच फुगलेले नि पाणी धरलेले फोड. गालावरही डागलेलं. तिनं हळूच गालावरनं हात फिरवला. फोड मऊ मऊ लागले. पण हात खरखरला. मग तिनं बारीक बारीक चिरा पडलेले हातांचे दोन्ही तळवे न्याहाळले. चिरांत मळ जाऊन आडव्या-उभ्या रेषांचं जाळं तयार झालेलं... सारखं हात पाण्यातच. किती धुणं आणि भांडी करायची. आबांनी भरघोस हुंडा देऊन लगीन केलं त्येचं हे फळ. जल्मात कवा मी माझ्या म्हायारात भांडी घासली न्हवती. आणि हे हक्काचं घर म्हणून हुश्शी वाढली. तशात शिकलेला न्हवरा म्हटल्यावर तर हात आभाळाला लागलं हुतं... आता त्येची मोलकरीण म्हणून जगायची पाळी. कसलं हे नशीब?

तिनं हातावरच्या मटारीच्या शेंगा नखांनी फोडल्या. चिघळून बाहेर आलेलं पाणी पुसून टाकलं. हळूहळू भगभगू लागलं... पर राती जिवाची लाही झाली. किती भगभगलं!

रात्रीच्या प्रसंगाच्या आठवणीनं त्या उन्हातही तिच्या अंगावर काटा उभा राहिला.

"ऐकू आलं काय ग?"

"... ..."

"एऽ सुमेऽ."

"काय?"

"तोंड शिवलंय का कानात खुट्टं मारल्यात?"

".... ..." ती गप्पच.

"काय गंऽ?"

"काय ते?"

"ऐकायला येत न्हाई?"

ती या प्रश्नाला काय उत्तर देणार?

"शाले, चुलीत उलाथणं तापत घाल गं. त्याशिवाय हिला कळायचं न्हाई." त्यानं दुसऱ्या बायकोला सांगितलं.

तिनं उलथणं तापत घातलं... तिला गंमत बघायला मिळणार होती.

सुमनला काहीच कळेना. सगळं सहन करत होती. मन चिनभिन झालं होतं. खरं कोणतं, खोटं कोणतं काहीच कळत नव्हतं. तिच्या भोळ्याभाबड्या, जरा काही जरबेनं विचारलं तर गोंधळून जाणाऱ्या, मुळात बाळबोध असलेल्या स्वभावाला सगळ्यांनी मिळून वेडसर ठरवलं होतं. सगळ्यांच्या हिडीसफिडीस बोलण्यानं आपलं चूक कोणतं, बरोबर कोणतं, कळेनासं झालं होतं. कुणी हाक मारली तरी खरंच आपणाला हाक मारली काय, की आपण वेडसर असल्यामुळं ती आपणालाच हाक मारली, असं ऐकू आलं; असा दाट किंतू तिच्या मनात निर्माण होई. दुसऱ्यांच्या दृष्टीनं मग ती अधिकच वेडसर ठरे. कुणी मग वेड्याशी बोलतात, तसं तिच्याशी बोले. त्याला मग ती प्रतिसाद देईनाशी होई. मग प्रतिसाद देत नाहीसं बघून शहाणा तिला खात्रीपूर्वक वेडसरात काढी.

यातून नवऱ्यानं दुसरं लग्न केलेलं. हक्काच्या नवऱ्यासंगं सवत संसार करताना बघून तिचं डोकं सुन्न होऊन जात होतं. विचार करून करून, मनातल्या मनात भावनांचं काहूर माजून शरीर आणि मस्तक बधीर झाल्यासारखं वाटत होतं. आंघोळीच्या जाग्याला तासतासभर तशीच बसून राही. हाका मारून, दार बडवल्यावर मग बाहेर येई. धुणं धुताना तसंच होई. एकच पातळ पुनः पुन्हा धुई. ते एकदा धुतलं होतं, याची आठवणच राहत नसे. किंबहुना हातात कोणतं आपण पातळ धुतो आहोत याकडं तिचं लक्षच नसे. मनात विचार नि भावना नुसत्या घोंगावत, वादळ उठवीत नि तिला अंतर्बाह्य घेरून टाकत. घासलं जाणारं हातातलं भांडं हातातच राही.

चर्रर्र करून गालावर आवाज झाला. त्याच्या हातात तापून लालेलाल झालेलं उलथणं होतं.

“हे दिसतं का काय हे?”

“आईऽऽऽ!” चटक्याच्या कळा तिच्या आतड्यापर्यंत गेल्या. तिनं दोन्ही हातांनी दोन्ही गाल झाकून डोळे मिटले. मग दोन्ही हातांवर उलथणं ओढलं गेलं. ती तळमळून रस्त्यावर पळाली.

“करशील का कामं आता सरळ?”

“काय झालं?” रस्त्यानं जाताना कुणी तरी विचारलं.

“हरामखोर तिच्या आयला! राती भांडी घासून बिनधुताच ठेवलीत रांडंनं”...

रात्रीच्या प्रसंगानं तिला आईची आठवण झाली. फोड जास्तच भगभगू लागले. आई असती तर असा जिवाचा वनवास झाला नसता. तिनं उरासंगं धरलं असतं. धरलं असतं न्हाईतर नसतंबी. आबांची परवानगी असती तर उरासंगं धरलं असतं. आबांनीच आईला खुळी करून टाकली. नायकिणीच्या नादी लागून आईच्या जल्माचं वाटुळं केलं. आई संताप संताप करून घ्यायची. बाहेर जाताना आबांनी घातलेली इस्तरीची कापडं मळवायची, फाडून टाकायची. तिला वाटायचं, आबा नायकिणीकडं चालले. आबांचा रात्रीचा मुक्काम महिन्यातनं पंधरा दिस तालुक्यालाच. नायकिणीच्या घरात. आबांनी किती पैसा घातला त्या घरात. का आईनं संतापू नये? का आईनं स्वतःला पेटवून घेऊ नये?... आबा, आता मला आई कुठली? कुणाला सांगू मी हे सगळं?

सप्प करून पाठीमागं काहीतरी वाजलं. ‘आईगंऽ’ करून ती दचकली. क्षणभर उलथणं घेऊन बाळासाहेब आल्याचा भास झाला. चटकन तिनं मागं बघितलं. घार माळावर झपाटा मारून वर उडाली होती. एक सरडा बाभळीच्या झुडुपात तुरूतुरू सरकत काट्यांच्या किंजळात आत आत जाताना दिसला. घाबरून पोट लकलक हलतेलं. ती तशीच घटकाभर थांबली. पाय जड झाले होते. भोवतीनं अफाट पसरलेला वैराण माळ. कुठंच कोणी नाही. पानफांद्या नसलेल्या खुंटागत ती एकटीच उभी.

क्षणभरानं तिला धीर आला... त्यो असा घारीसारखा अचानक येईल कसा? कुठल्या तरी खेड्यातल्या चावडीत, न्हाईतर गरामपंचायतीच्या हापिसात रेडीव दुरुस्त करत बसला असंल. बाळंतपण जवळ आल्यामुळं तिच्या पायात मणामणाच्या बेड्या पडल्यागत झालंय. तिला बसला जागा उठवतसुद्धा न्हाई. मग येईल कशी?

ती जडशीळ पायांनी पांदीत उतरली. पांदीतल्या फुफाट्यात तिचे अनवाणी पाय होरपळू लागले... चपल्या न्हाईत, म्हायारास्नं आणलेल्या चपल्या दीड वरीस कशाबशा टिकल्या. मग चपल्याच मिळाल्या न्हाईत. असं किती दीस अनवाणी चालायचं? आणि कुणासाठी? आपलं कुणीच न्हाई. आपलं आपूणबी आपलं

व्हायलो व्हाई. दुसऱ्याची बटीक मी. व्हवऱ्याच्याच घरात मोलाचं काम करून खाणारी दासी. कुणाचं घोडं मारलं मी? काय म्हणून सगळ्यांनी मला खुळ्यात काढली? मी अडाणी म्हणून? ...तुमच्या नखऱ्याच्या संसारात आड येती म्हणून?

तिला जास्तच चटकं बसू लागलं.

मन तिच्याकडं फारसं ओढ घेत नसतानाही बाळासाहेबानं तिच्याशी लग्न केलं होतं. आईवडिलांचा एकुलता एक मुलगा. तीनचार एकरांचं एक कोरडवाहू तुकडं होतं. आई- वडिलांनी ते सांभाळत, उन्हाळभर रोजगार करत, म्हसरांची दुधं डेअरीला घालत बाळासाहेबाचं कॉलेजचं शिक्षण कॉलेजात चालू ठेवलं होतं. मोठ्या दोन्ही बहिणींची लग्नं याच दरम्यान आईवडिलांनी उरकली होती. बाळासाहेबाचा मार्ग निर्वेध झाला होता. खेड्यापाड्यातून शिक्षणाचा प्रसार झपाट्यानं होत होता. छोट्या छोट्या स्थानिक शिक्षणसंस्था खेड्यापाड्यातून जन्माला येत होत्या. प्राथमिक शाळा, हायस्कूलं यांची स्थापना होत होती. नव्यानव्या विकास योजनांचा अवलंब होत असताना नव्या नव्या नोकऱ्यांच्या जागा निर्माण होत होत्या. पोरंटारं कशाबशा पदव्या मिळवून, निदान एस.एस.सी. होऊन बारीक मोट्या नोकऱ्या मिळवत होती. बाळासाहेबाच्या अडाणी आईबाऽला वाटत होतं; आपल्याही पोरानं शिकून साहेब व्हावं. कुठली तरी नोकरी मिळवावी नि घरादाराचं पांग फेडावं. तोंडं आवळून, पोटाला चिमटा घालून ते पैसा पाठवत होते, एस.टी. नं दररोज डबा पाठवत होते.

बाळासाहेब शिकत होता. तारुण्यात येत होता. कॉलेजात येणाऱ्या शहरगावच्या पोरी बघून त्याच्या मनात सुंदर सुंदर स्वप्नं फुलत होती. छान छान गोंडस मुली. त्यांची छान छान सहावारी पातळं, गुडघ्याच्यावर असलेले स्कर्टस, गोरीगोरी मुलायम अंगं, गोड गोड हसणं, खिदळणं. जवळ गेलं की येणारा सुगंधी साबणाचा धुंद वास. अनेकजणी त्याच्याशी अधूनमधून कारणपरत्वे बोलत होत्या. बाळासाहेबाला हुरळवून टाकत होत्या. त्याच्या मनात भावी पत्नीचं एक रम्य स्वप्न फुलवत होत्या. 'आपण शिकून पदवीधर झाल्यावर, नोकरी मिळाल्यावर आपणास असलीच बायको मिळेल' याची खात्री करून देत होत्या.

पण तीनतीनदा परीक्षेला बसूनही बी.ए. चे पेपर्स सुटेनात; म्हणून त्यानं कॉलेज सोडलं. हळूहळू मार्क्स कमीच पडत गेले आणि तो आत्मविश्वास गमावून घरी बसला. दोन वर्षं तशीच गेली. साध्या कारकुनाच्या नोकऱ्या सोसायटीतून येत होत्या. त्या करण्यात त्याला अपमान वाटत होता. तरी नोकरी रेटावी लागत होती. तुटपुंज्या पगारात स्वप्नं साकार करता येणं कठीण दिसत होतं. 'साहेब' होण्याची स्वप्नं धुळीला मिळाली होती आणि चौथीपाचवीतनं शिक्षण सोडलेल्या पण पुढारी झालेल्या ग्रामीण कार्यकर्त्यांची 'हांजी हांजी' करावी लागत होती. गोरगरिबांच्या ठार अडाणी पोरी सांगून येत होत्या; पण मन भरत नव्हतं, लग्न करण्याची इच्छा नव्हती.

पण वय वाढत होतं. तरुणपण बहराला येत होतं. चंगीभंगी मासिकं चाळताना भावना अनावर होत होत्या.

अशा वेळी सुखदेवराव देशमुखांची मुलगी सुमन सांगून आली. घराणं देशमुखाचं. गावात वतन दांडगं. शिवाय गावचे सरपंच म्हणून निवडून येत होते. मागंपुढं आमदार म्हणून निवडून येण्याची शक्यता होती. तालुक्याला, जिल्ह्याला ओळखी, घसटी वाढत चालल्या होत्या. हात लांब लांब होत चालले होते. मुलगीही ठार अडाणी नव्हती. गावातली चौथीपर्यंतची शाळा तिनं पूर्ण केली होती.

ढोकेवाडीच्या सोसायटीत बाळासाहेब कारकून म्हणून काम करत असताना दादासाहेब कुलकर्ण्यांनी हे स्थळ आणलं. देशमुखांचे हे जवळचे मित्र. त्यांच्याच गावचे. माणूस हुन्नरी, पण परिस्थितीमुळं देशमुखांच्या साहाय्यकासारखा वागत होता. डोकं लढवून पडेल तिथं देशमुखांना मदत करत होता. त्यांनी बाळासाहेबाला गाठलं. चातुर्यानं विश्वासात घेतलं. सविस्तर चर्चा करून सगळं समजून सांगितलं. बाळासाहेबाला हुंडा मिळणार होता. एखादा कोर्स पुरा करून झाल्यावर सरकारी नोकरी मिळवून देण्याची हमी मिळणार होती. कोर्स पुरा होईस्तवर मुलगी वाटल्यास माहेरी ठेवून घेण्याची तयारी होती. बाळासाहेबानं आईबाऽशी ही बोलणी केली आणि सगळ्यांच्या तोंडाला आवळ्याचं पाणी सुटलं. परिस्थितीतून वाट निघत होती.

बाळासाहेबानं मुलगी पाहिली... शांत डोळ्यांनी बघणारी. क्वचित बोलणारी. चौथी शिकली असली तरी सगळं वळण खेडेगावचंच उचललेलं. भाषा तशीच.. असेना का. आपण तिची भाषा सुधारू. बोलकी करू. खेडेगावातच शिक्षण झाल्यानं असं झालेलं दिसतंय. आपण शहराच्या मुलीसारखं तिला शिकवू. मुळात शिकलेल्या माणसाला नवी रीत शिकवणं अवघड जाणार नाही. बाकीचे फायदे काय कमी नाहीत. पुन्हा ही संधी कधी चालून येणार नाही. शहाणपणा केला पाहिजे. परिस्थितीवर स्वार झालं पाहिजे.

बाळासाहेबानं होकार दिला. देशमुखांनी आपल्या वाड्याच्या दारात मोठ्या थाटानं लग्न करून दिलं. दादासाहेब कुलकर्ण्यांच्या प्रयत्नाला यश आलं.

लग्नानंतर रेडिओ मेकॅनिकचा एक वर्षाचा कोर्स पूर्ण होईपर्यंत आणि त्यानंतर सरकारी नोकरी मिळेपर्यंत दीड दोन वर्षं कशी तरी गेली. बाळासाहेबानं तालुक्याच्या गावी संसार थाटला. देशमुखांचं गाव एका तालुक्यात, तर बाळासाहेबाच्या आईबाऽचं गाव दुसऱ्या तालुक्यात नि नोकरी तिसऱ्या तालुक्यात असं तिरपागडं झालं. झालं तरी सरकारी नोकरी मिळाली ही गोष्ट चांगली होती.

संसार रुळू लागला. लग्न होऊन चार वर्षं झाली; तरी मूल नाही. बाळासाहेबाच्या इतर अपेक्षाही दुभंगून जाऊ लागल्या. नोकरी फिरतीची. गावोगाव हिंडून सरकारनं विकास योजनेत पुरवलेले रेडिओ दुरुस्ती करण्याची. आरंभी फिरतीचा उत्साह होता

तरी नंतर ती दगदग वाटू लागली. तंगून पायाच्या खुंट्या मोडून घरी आलं तर हे चित्र... सुमनचा सगळा अवतार लग्नापूर्वी होता तसाच. खेडवळ. घरात आणून ठेवलेले पावडरीचे डबे तसेच पडलेले. सहावारी आणलं, पण एकदा दोनदाच नेसलं. शुद्ध बोलायला शिकवण्याचा प्रयत्न झाला; पण जुनं वळण या वयात सुटेल असं वाटेनासं झालं. सकाळी उठल्यावर तर ती त्याला गावंढळ वाटू लागली. स्वैपाकात नवीन काही सांगितलं तर कानावरनं मनावर उतरायचंच नाही. वाऱ्यावर उडून जायचं. भाकरी धाबडी. आमटी तिखटमीठ भरपूर घालून झणझणीत केलेली.

"यडपटच हाईस." म्हणून मूळ खेडवळ भाषेत तो रागानं बोलायचा. ती हसत गप्प बसायची.

अशातच तिला दिवस गेले. सातव्या महिन्यात त्यानं सुखदेवरावांना पत्र पाठविलं. पण बाळंतपणाला कोणी न्यायला आलंच नाही. फक्त एक पत्र आलं, "इकडं कुणी पाहण्यासारखं नाही. सगळी परिस्थिती तुम्हांस माहीतच आहे. घरी बाईमाणूस कुणी नाही. माझे व्याप वाढतच आहेत. कामांसाठी सारखं बाहेरगावी जावं लागत आहे. तिकडंच उरकून घ्यावं."

त्याला ओझं वाटू लागलं. मग सरळ गावी आईकडं पाठवणं भाग पडलं... भडवा पोरीला आमच्या गळ्यात अडकून गावभर भानगडी कराय मोकळा झाला.

मुलगी झाल्याचं कळलं नि त्याच्या मनाचे जास्तच टवके उडाले. रात्री उदास वाटू लागलं. कॉलेजमधले दिवस समोर येऊ लागले.

फाटलेल्या मनानं एकाकी फिरती करत तो हिंडू लागला. एक दिवस तामगावच्या ग्रामपंचायतीच्या सरपंचाकडून काही ऐकायला मिळालं. तो सुखदेवरावांच्या शेजारच्या गावाचाच पण विरोधी फळीतला होता. सहज विषय निघाला. ऐकायला मिळालं ते फारसं चांगलं नव्हतं... सुखदेवरावांची बायको वेडी होती. तिच्याच पोटची ही सुमन. लहानपणी ती फारच खुळ्यागत वागायची. वेडसरपणाची झाक तिच्या वागण्यात सततची असते. तरीही औषधपाणी करून करून तिला बरंचसं वळणावर आणलेलं आहे. कधी पार वेडी होईल, सांगता येत नाही.

सरपंचाचं ऐकून त्याचं मन हळूहळू जास्तच किडत गेलं. डोळे मिटून विश्रांतीसाठी पडला की त्याच्या मनासमोर भयानक चित्रं दिसू लागत... साल्यानं फसवलं. हुंडा जास्त देऊन, नोकरी देऊन गळ्यात खुळी पोरगी बांधली. गळा कापला माझा. मी गरीब म्हणून त्याच्या तावडीत सापडलो. पोरगी चांगली असती तर मला गरिबाला कशाला दिली असती? जन्माचं वाटोळं केलं माझ्या. आता पोटाला आलेली पोरगी अशीच निपजली तर? निपजली तर कसलं? खुळ्याच्या पोटी खुळंच निपजणार. तिचं लग्न कसं होणार? तिला जन्मभर सांभाळणार कोण आणि बायकोला तरी

कोण सांभाळणार? ज्याच्या पोटाला आली त्यानं सांभाळावी. मी काय म्हणून हे घोंगडं गळ्यात घेऊन बसू?...

दोन महिने झोप उडाल्यासारखी झाली. त्यानं सुखदेवरावांना खडसून पत्र लिहिलं. पण देशमुखांनी दादासाहेबांच्या सल्ल्यानं मजबूत उत्तर पाठवलं. मुलीच्या बऱ्यावाईटपणाची जबाबदारी त्याच्यावर ठेवली. खाल्ल्याघरचे वासे मोजू नका, माझ्या हितशत्रूंकडून कान फुंकून घेऊ नका, असं बजावलं.

त्याच्या मनाला आग्यामोहळाच्या माशा झोंबल्या. तो आईबाऽला जाऊन भेटून आला. ऐकलेली सगळी चित्तरकथा रात्री एकान्तात त्यांना सांगितली... ते थरारून गेले.

परत आला नि बायकोचं नावच टाकून दिलं. वर्षातच बारकी पोरगी कशानं मेली. गळ्यातला धोंडा हलका झाल्यागत वाटू लागलं. एकटाच रेडिओ दुरुस्त करत सैरभैर भटकू लागला.

सासू सुनेला फाडून खाऊ लागली. मुलगी गमावलेली सुमन सगळं सोसत होती. मुकाट बसत होती.

"रांडंनं आमटी खराट घोट केलीया. घोड्याचा मूत मिसळला का काय कुणाला ठावं?" सासू जेवताजेवता बोलली.

तरी सुमन गप्पच. खाली बघून सुमन भाकरी चावतेली. ती गप्पच बसलेली बघून सासूचा संताप अनावर झाला नि तिनं फाडदिशी तिच्या तोंडावर आमटीची वाटी मारली. सगळ्या डोळ्यांत तिखटाचं पाणी गेलं नि झोंबू लागलं. अनावर होऊन "ईऽऽ" करून ती ओरडली.

"एवढं आरडायला काय झालं गं, नोडे?" म्हणून तिच्या पेकटात लाथ बसली.

पुढच्या बाजूला ठेवलेल्या तापलेल्या दुधाच्या भांड्यावर तिचा तोल जाऊन ते साडलं. हात भाजला.

"बघ रांड कशी मस्तीला आली. समदं दूध सांडलं माझं." मग बऱ्याच लाथा पेकटात बसल्या. मागंपुढं सरकून ती उठू लागली. पुन्हा पडली. सासूचाच आरडाओरडा चाललेला. "माझ्या लेकाच्या जल्माचं वाटुळं केलं ते केलं. आता आम्हाला छळायला हिकडं आलीयास व्हय?" –तिच्या लक्षात आलं होतं की तिच्या बापाला नको झालेली लेक हाय; म्हणून त्येनं आम्ही गरीब बघून आमच्या दावणीला आणून बांधलीय.

"आगं, काय झालं?" बाहेर बसलेला सासरा ओरडला. "हे काय केलं बघा तुमच्या सुनंनं." तो आत आला. आमटी-दूध घरभर सांडून पसरलेलं. त्याला वाटलं, येडसर सुनंनंच हे सांडून ठेवलंय. मधे न बोलणारी सून तोंड शिवल्यागत गप्पच. बोलावं तर सासू-सासऱ्याचं भांडण लावती; म्हणून पुन्हा गालाचं गचवाटं

घेतलं जायचं.

ती गप्प सहन करत होती आणि ती खुळीच आहे, अशी सासू-सासऱ्याची समजूत पक्की होत चालली होती.

सासूच्या जिवाला वैताग येऊ लागला. तिनं मग गावच्या मास्तराकडनं बाळासाहेबाला सविस्तर पत्र लिहिलं. सुनेविषयीच्या तक्रारींचा उकीरडा पत्रात भरपूर उपसला आणि "तुझी तू बायको घेऊन जा; वाटलंच तर हिरीत ढकलून दे; पर हितं ठेवू नको. आम्हांला याड लागायची पाळी आणलीया तिनं;" म्हणून कळवलं.

'तुम्हाला वाट्टेल तसं करा. मला ती नको. घरात राहून कामं करून खाऊ दे; नाहीतर मरू दे.' त्यानं उलट टपाली लिहिलं.

लोकांच्या सांगण्यावरनं त्यानं देशमुखांना रजिस्टर पत्रं पाठविली. ठराविक मुदतीच्या आत रीतसर घटस्फोट मागितला किंवा दुसऱ्या लग्नाची परवानगी मागितली.

मुदत टळून गेली तरी उत्तर काहीच नाही. मग धाडसानं बाळासाहेबानं दुसरं लग्न केलं. मॅट्रिक झालेली, दोनतीन वर्षांतच पहिला नवरा मरून गेल्यामुळं विधवापण आलेली शालन. तिच्याशी धाडसानं लग्न केलं.

त्याचा पत्ता फारसा कुणाला लागूच दिला नाही. दूर कुठंतरी नरसोबाच्या वाडीला जाऊन देवळात लग्न करून आले. जुन्याच चुली-भांड्यांवर नवा संसार चालू झाला. लग्न झाल्यावर त्यानं आईबाऽला पत्रानं कळवलं नि आईबाऽ दोन दिवस जाऊन आले. त्यांच्या मागं बाळासाहेबाचं कोनाड्यातलं पत्र सुमनच्या हातात पडलं नि तिच्या काळजाचं पाणी पाणी झालं.

दिवस जातील तसं तिचं मन आता भ्रमिष्टागत होऊ लागलं. तिला खूप जोरानं ओरडावं, असं वाटू लागलं... सासू बोलताना ती स्वतःच्याच थोबाडात मारून घेऊ लागली. रात्री झोपेत बडबडू लागली. 'मला माझ्या आबांकडं घालवा' म्हणून आक्रोश करू लागली. 'माझी पोरगी माझ्या सासूनं मारलीऽऽ होऽऽ' म्हणून उंबऱ्यात बसून आक्रोश करू लागली. "मला माझ्या दाल्ल्याकडं कुणी घालवा. त्येच्या लग्नाचा मांडव पेटवा. मला माझ्या दाल्ल्यासंगं संसार करू द्या." म्हणून जाणायेणाऱ्या माणसांना सांगू लागली... झोपेतच हूंऽऽ म्हणून रडू लागली. सासरा तिला उठवून पाणी प्यायला देई.

हळूहळू सासू मनातनं चरकू लागली. घरात शांतता कसली ती तिला मिळेना. शेजारीपाजारी आता; "सासूनंच मूल मारलं. सासूनंच पोरीला खूळ लावलं" असं कुचूकुचू बोलू लागले.

बाळासाहेबाचं दुसरं लग्न होऊन कशीतरी दोन वर्षं पार पडली नि सासूनं सुमनला बाळासाहेबाकडं नेऊन घालवलं.

'नगं बाबा, आमच्या घरात तुझी बायकू आता. रग्गड वनवास भोगला मी तुझ्या पायात. हीबी सारखं दाल्ल्याकडं घालवा म्हणून आरडती. मी मूल मारलं म्हणती. समदी गल्ली माझ्या तोंडात शेण घालाय लागलीया. देवरुशाला इचारलं; तर त्योबी म्हणला, 'दाल्ल्याकडं घालवा; म्हंजे तिचं खूळ निघून जाईल.' म्हणून आणली. तुझी तू आता हिला संभाळ. माझ्या घरात अन्नाची आतापतोर रग्गड नासाडी झाली. तुझ्यासाठी मी ती सोसली. सगळी दारं धडाधड आपटती. घरातनं पाणी वतती. तिला सांभाळता सांभाळता माझं डोसकं फिरायची पाळी आलीया आता...'

सासू निघून गेली. नाइलाज होता. सुमनही तिथं राहायला कबूल झाली... तिच्या वजनदार मामाच्या जशा दोन बायका एकाजागी गुण्यागोविंदानं नांदताना तिनं लहानपणी पाहिल्या होत्या, तसं आपणही नांदू; अशी खूणगाठ तिनं मनाशी बांधली.

झोपण्यासाठी तिला दाराजवळची एक खोली दिली. ती आत झोपायला गेली नि बाळासाहेबानं बाहेरून दार लावून घेतलं. कडी घातली. ताईबाईला कापण्यासाठी एखादं कोंबडं आणावं नि दुसऱ्या दिवशीच्या संध्याकाळपर्यंत डालग्याखाली कोंडून टाकावं, तसं तिला वाटलं. दीर्घ श्वास सोडत ती चार भिंतीत पडली. खोल अंधाऱ्या विहिरीच्या तळात उताणं पडल्यासारखं तिला वाटू लागलं... किती खोल! आता वर कसं जायचं? चारी बाजूंनी बंदिस्त. माझ्याच घरात मी उपरी. माझ्या देखत, माझाच न्हवरा दुसरीला घेऊन माझ्याच पलंगावर पडलेला.. मी नकोशी झालेली. काय केला मी गुन्हा?...

ती भणभणत्या डोक्यानं पडून राहिली.

तिच्या कानावर पलीकडच्या खोलीतनं बोलणं ऐकू येऊ लागलं.

"पाणी देऊ प्यायला?"

"नको."

"झोपणार ना आता?"

"हो."

"मग झोपताना पाणी प्यावं... आता तर जास्तच जपलं पाहिजे." तिला दुसऱ्यांदा नुकतेच दिवस गेले होते.

खुसखुसून दोघं हासली.

सुमन आत असह्य विव्हळली.

"जीव चाललाय का? गप पड. सकाळी लौकर उठाय पाहिजे."

ती गप पडली. खूप खूप तहान लागली होती. पण तोंडचं भांडं दुसऱ्याच्या तोंडाला लागलं होतं.

आल्या आल्या ते तोंड तिनं न्याहाळलं होतं... केसांच्या भुरभुरत्या बटा सुटलेल्या. वाकडा भांग. बारीक कुंकू. पावडर भरपूर लावलेली. शुद्ध बोलणारी नि

सहावारी नेसणारी. खुदूखुदू हसणारी.

ती पाय उराशी घेऊन गादी नसलेल्या अंथरुणावर झोपली. एकाकी. तहानलेली. तशाही स्थितीत नवऱ्याच्या घरात तिला झोप लागली.

सकाळ.

कडी निघाली.

"सुमे, ऊठ."

ती उठली. खोलीत अंधारच होता. पण बाहेर चांगलं उजाडलं होतं.

'तास तास दिसापर्यंत असं मुडद्यागत निजल्यावर तुला खायला कोण तुझा बाप घालणार?... साल्याला छपन्न वेळा सांगितलं तिकडं घेऊन जा म्हणून.'

ती उठली नि कामाला लागली.

पाणी भरणं, धुणंभांडी करणं, घर लोटणं, स्वैपाक बघणं करता करता दिवस मटकृदिशी बुडायचा.

"भांडी लौकर आणा. स्वैपाकाला उशीर होतो." आरशापुढं वेणीफणी करत शालन बोलायची.

मन सुन्न होऊन जायचं. एक एक वेळेला काही कळायचंच नाही. हाक आली तर उठायचं लक्षातच राहायचं नाही. मारलेली हाक खरोखरची की भास झाला, याविषयीच गोंधळ उडायचा. मनात चाललेली चित्रं घडाघडा बोलू लागायची. त्यांचं बोलणं कानाला ऐकू येऊ लागायचं. सगळं अनावर होऊन स्वप्नातलं डोळ्यांसमोर घडत असल्यागत वाटायचं.

पेकटात बाळासाहेबाची कच्च करून लाथ बसली. 'तास झाला की भांडी घासाय लागली आहेस. भातातलं पाणी आटून राख झाली म्हणून ती आरडाय लागलीय, ऐकायला येत नाही?'

खोबणीतले डोळे गच्च बसल्यागत स्थिर करून ती उठली. चुलीकडं जाऊ लागली.

"हात धू, हात धू, रांडं"

तिनं हात धुतला.

"लौकर आटप ती भांडी. उगंच घोळ लावत बसू नको." जाता जाता त्यानं सांगितलं.

ती क्षणभर काहीच न कळल्यागत उभी राहिली. मग पुन्हा भांड्याच्या मातीत हात घातला. पुन्हा भांडी घासायला बसली.

पेकटात दुसरी लाथ बसली.

'मरत का नाहीस? तुझ्या आयला तुझ्या; अगोदर भातात पाणी ओत, म्हणून सांगितलं ना!'

असं वरचेवर होऊ लागलं, भ्रमिष्टासारखी फिरू लागली. अंगावरनं खाली घरंगळलेला पदर तसाच राहू लागला. परसातल्या दलदलीत खराब झालेले पाय तसेच राहू लागले. भाकरी खाल्ली तर खाल्ली नाहीतर नाही. वर बघत राहिली की बघतच राहणं. तिला खूप खूप भास होऊ लागले. आहे ते दुःस्वप्न की वास्तव, भूतकाळाच्या आठवणी, खऱ्या की खोट्या काहीच कळेनासं झालं. खारकेसारखी वाळत चालली. खोबणीत गेलेले डोळे मण्यांगत वाटू लागले. मांस खरडून काढून हाडांवर कातडं पांघरल्यागत दिसू लागलं.

बाळासाहेबाची इच्छा होती की तिनं या जाचाला कंटाळून माहेरी जावं. आपलं नाव टाकावं. पण निघून जाण्याचं तिचं काही चिन्ह दिसेना. आपण होऊन देशमुखांच्या घरी घालवणं अंगलट येणार होतं. देशमुखानं कोर्टात केस घातली तर बट्ट्याबोळ होण्याची शक्यता होती. हुंडा परत द्यावा लागणार होता. कदाचित पोटगी द्यावी लागणार होती, कदाचित नोकरीवरही पाणी सोडावं लागलं असतं. आतून देशमुखांना तो तसा वचकून होता. तरी 'खुळी पोर गळ्यात बांधली' म्हणून त्याचा देशमुखांवर राग होताच.

त्यानं डोकं लढवलं. आसपासच्या शेजाऱ्यांकडून देशमुखांना पत्रं लिहवली. त्यांतून सुमनची अवस्था सविस्तर कळवायला सांगितलं. घेऊन जाण्याविषयी सूचना केल्या.

पण देशमुखांनी दुसरं लग्न केलं होतं. अडाणी, काही न कळणारी बायको वेड लागून मरून गेली होती. कार्यकर्ते, पुढारी झालेल्या देशमुखांना नव्या वळणाची बायको हवी होती. अनेक तालुक्यांच्या, जिल्ह्यांच्या आमदार-खासदारांच्या तशा बायका होत्या. काहींनी जुन्या बायका सोडून देऊन नव्या शिकलेल्या बायका करून घेतल्याची उदाहरणं डोळ्यांसमोर नाचत होती. सभेत बोलणारी, महिलासमाजाचं उद्घाटन करणारी, बरोबर हिंडणारी बायको असावी, असं वाटतेलं. त्यांनी तालुक्यातील एक प्रौढ, परित्यक्ता शिक्षिका गाठली होती. परिचयाचं रूपांतर सुमनचं लग्न झाल्यावर लौकरच रजिस्टर विवाहात झालं होतं. आता सारं ठीक चाललं होतं. बाळासाहेबाला सांगायला त्यांनाही काही तोंड उरलं नव्हतं. आणि सुमनचं माहेरी येणंही फारसं सोयीचं नव्हतं.

सुमन मधल्या मध्ये सापटीत पाल अडकून पडावी नि चिरडत जावी तशी लटकली होती. पाचसात महिने असेच गेले. दिवस जातील तशी शालन जास्त जास्त अवघडत चालली होती नि सुमनला जास्त जास्त जबाबदारीनं धुणं-भांडी, पाणी, स्वैपाक, झाडलोट करावं लागत होतं. बाळासाहेबही शालनला जास्त जास्त जपू लागला होता. त्याचा सुमनवरचा राग अधिकाधिक वाढत चालला होता. तिच्या कामागणिक त्याला चुका दिसत होत्या. त्यातूनच त्यानं तिला रात्री चांगलीच डागून काढली... कुणी तरी त्याला

सांगितलं होतं, वेड्याला डागलं की त्याचं वेड कमी होतं.

रात्री तिला डागूनही त्याचं पुरेसं समाधान झालं नव्हतं. सकाळी त्याला लौकर टूरवर जायचं होतं. सुमन भान विसरून न्हाणीत तासभर आंघोळ करत, हातावरचे फोड बघत बसली होती. मन पार उडून गेलं होतं. आतून तिनं कडी लावून घेतलेली. मग बाळासाहेबानं दार धडकून, आपटून, हाका मारून तिला बाहेर काढलं नि खोलीत घालून पोटभर पुन्हा लाथलली.

संध्याकाळी गावाच्या शिवेवर ती आली. नवऱ्याच्या घरीच मरण आलं तरी राहायचं, असा हिय्या केलेल्या तिच्या मनाला नि शरीराला यातना असह्य होत होत्या. त्यांना शरण जाऊन तिनं माहेर जवळ केलं होतं. आबांचा जीव तिच्याविषयी पावशेर-छटाक झालेला होता, हे तिला मनोमन उमगलं होतं. तरी घायाळ, विद्ध झालेलं हरीण समोर वाघ जरी आला तरी हालचाल करू शकत नाही, मरणालाच शरण जातं; तशी तिची अवस्था झाली होती.

चालून चालून पायांत गोळे आले होते. वाडा दिसू लागल्यावर पायांतला ठणका क्षणभर कमी झाल्यासारखं वाटू लागलं... काळ्याभोर पाषाणाची प्रचंड इमारत. आईशिवाय उभा असलेला वाडा.

ती नव्या उपऱ्या माणसागत वाड्याच्या दरवाज्यात आली. आत दिसणाऱ्या बाईंनी चौफाळा थांबविला. हातातलं पुस्तक त्यांनी तिथंच ठेवलं नि त्या वाड्याच्या दारात आल्या. सुमनचे खोल गेलेले डोळे गिरमिटासारखे बाईंच्यावर खिळले.

"आबा!"

"आबा?"

"हां! सुखदेवराव देशमुख."

"काय काम आहे?" बाईंना तो अवतार थोडा विचित्र वाटला म्हणून त्यांनी विचारलं.

"त्येंची गाठ घ्यायची हाय. सुमन– त्येंची पोरगी– आलीय म्हणून सांगा."

बाई चमकल्या. तिच्याकडं बघत बघतच त्या वर गेल्या. ती दारात अटकून वासरागत वाट बघू लागली. ...वाड्याचा दगड नि दगड ओळखीनं बघत होता. आतलं अंगण हाक मारत होतं. चौफाळा तिच्याइतका वाड्यात कुणीच झिजवला नव्हता. पण सगळं कसं दर्पणातल्या प्रतिबिंबागत जाणवत होतं. हातात आहे पण हाताला त्यांचा स्पर्श मिळत नाही, अशी स्थिती.

सुखदेवराव तांबड्या डोळ्यांनी जिना उतरताना तिनं बघितलं नि पायांत बळ आणून ती त्यांच्याकडं धावली.

"आबाऽ" ती हंबरली. पूर्वी कधीच नव्हती इतकी गच्च मिठी तिनं आबांच्या

कमरेला घातली. त्यांच्या तोंडाला येणाऱ्या उग्र वासाकडं संपूर्ण दुर्लक्ष करून प्रचंड दगडाचा गार आधार घ्यावा, तशी उभी राहिली.

"आबा, मला कुठंतरी हिरीत ढकलून द्या. न्हाई तर ईश खायला घाला. मला जलम नगंऽ!" कितीतरी दिसांत ती मुक्तपणानं रडू लागली.

जीवभरून रडली. डोक्यातला गोंधळ स्वच्छ झाल्यागत वाटलं. अनेक वर्षांच्या बेशुद्धीतनं शुद्धीवर आल्यागत झालं. ती नुसतीच अनावर भावनेनं रडू लागली.

देशमुख भानावर आले. त्यांनी किंचित डोकं झाडल्यागत केलं. त्यांच्यातला बाप जागा झाल्यागत वाटलं. घराणेशाहीतला एक देशमुखही त्यांच्यात जागा झाला. आपला देशमुखी सूर पकडून ते म्हणाले, "बास कर की आता. किती रडतीस?"

तिची मिठी किंचित ढिली झाली. ती हळूच बाजूला झाली. मागं बाजूलाच बाई उभ्या होत्या, त्या तिला दिसल्या.

"जा आदूगर. तोंड धुऊन घे." त्यांनी तिला हळूच अंगावेगळी केली. सुमन हातपाय धुवायला जड पावलांनी गेली.

"मुलगी ना?"

"हांऽ!"

"अशी कशी अचानक आली?"

"काय तरी नवऱ्याच्या घरातल्या कटकटी."

"म्हणून का असं घर सोडून यायचं?"

"अडाणी माणसं अशीच."

"अशा रीतीनं आलेल्या मुलीला घरात ठेवणं हे तिच्या चुकीच्या वागणुकीला प्रोत्साहन दिल्यासारखं आहे."

"व्हय की. पर आता आली हाये तशी चार दिवस ऱ्हाऊ दे. तशी पैल्यांदाच आली हाये. तुम्हीबी तिला आईपण थोडं द्या. समजून घ्या. मग पाठवण्याची येवस्था करू.'

तीन दिवस असेच गेले. सुमन शांत झाली. देशमुखांनी हूं हूं केलं. घराण्याच्या अब्रूची जाणीव करून दिली. 'मी त्येला सुधरून सांगतो' म्हणून सांगितलं.

चौथ्या दिवशी तिला बाईंनी नवं पातळ आणलं. त्यावरची चोळी शिवून दिली. हातात चांगल्या चुंगल्या बांगड्या भरल्या.

नवं चोळीपातळ नेसल्यावर बाईंनी तिला सुखदेवरावांना माडीवर जाऊन नमस्कार करून यायला सांगितलं... नवं वळण होतं.

ती माडीवर गेली. सुखदेवरावांच्या पाया पडून उभी राहिली. सभोवार पाहिलं. सगळी व्यवस्था बदललेली. गाद्या, तक्के जाऊन खुर्च्या सोफासेट आलं होतं. आतल्या खोलीत प्रचंड पलंग दिसत होता, पांढरीशुभ्र मच्छरदाणी त्याच्यावर झुलत होती. सगळं नजरेत घेऊन आली.

पाचव्या दिवशी तिला कळलं की आज परत जायचं आहे. निकरावर येऊन ती म्हणाली, "आबा, मला हितं मारून टाका. पर आता तिकडं जायला सांगू नका."

"देशमुखाघरची लेक हाईस. बाईमाणसाचा जन्म घेऊन आलीयास. हितं मरायचं ते तिथं जाऊन सतीसावित्री होऊन मरायचं. म्हाराजांस्नी मोप आठ बायका हुत्या. नांदल्याच न्हवं एका जागी? कुळाला बट्टा लागला तर सात पिढ्या नरकात जातील. ते पाप कुठं फेडणार मग? तिथंच मर्दाची मर्दानी पतिव्रता होऊन डोंबी दे. आज ना उद्या त्येला शाणपण येईल. आज ना उद्या तुझं पोट पिकंल. पोटाला पोरगा येईल; तवा त्येचंबी डोळं उघडतील. सवड झाली की एकदा त्येला गाठतो नि सुधरून सांगतो. आज तुझ्याबरोबर दादासाहेब कुळकरणी येतील. त्येंच्याजवळ पत्र दिलंय. शिवाय ते तोंडी सुधारून सांगतील. जावयांचं म्हणणं तरी काय हाये हे बैजवार कळंल."

त्यांनी दादासाहेब कुलकर्ण्यांना बोलावून घेतले होते. देशमुखांच्या नव्या बंगल्याचं बांधकाम मळ्यावर चाललं होतं. त्याची देखरेख करण्यासाठी ते रानात गेले होते. वाडा भरपूर मोठा होता तरी जुन्या वळणाचा होता. बाईंना तो आवडेनासा झाला होता. म्हणून नव्या वळणाच्या बंगल्याचं बांधकाम चाललेलं.

दादासाहेब कुलकर्णी आले. त्यांना सगळी परिस्थिती देशमुखांनी अगोदरच सांगितली होती. एस.टी. च्या थांब्यापर्यंत जाण्यासाठी गाडी जुंपली नि जड पायांनी सुमन त्यात चढली.

बाळासाहेबाच्या दारात सुमन परत आली. सुदैवानं बाळासाहेब घरीच होता. सुमन-बरोबर दादासाहेब कुलकर्णी आलेले बघून त्याला त्यांच्याशी नेमकं काय आणि कसं बोलावं, हे सुधरेना. रविवारचा दिवस.

जेवणं झाल्यावर दुपारची विश्रांती झाली.

चहा घेऊन झाल्यावर दादासाहेब बाळासाहेबाला घेऊन बाहेर गेले. घरात बायकांच्या समोर वाद नको; म्हणून बाळासाहेबालाही ते सोयीचं झालं.

दादासाहेब कुलकर्ण्यांनी बाळासाहेबाला सगळं सुधारून सांगितलं, पहिली बायको असताना दुसरं लग्न करणं गुन्हा आहे. सुमन वेडी नाही, ती भोळसट, साधीभादी, अबोल मुलगी आहे; पण सासरच्या नि बाळासाहेबाच्या जाचामुळं ती भ्रमिष्ट होत गेली आहे. डॉक्टरसुद्धा तिला वेडी ठरवू शकणार नाहीत. देशमुखांची बायको मुळात वेडी नव्हती. ती वेडी नसताना तिच्या पोटी सुमन जन्मली आहे. तिला आनुवंशिक वेडं ठरवणं मूर्खपणाचं आहे. शिवाय वेड हे आनुवंशिक नसतं, ते वेगळंच. देशमुखांनीच बाळासाहेबाला संसाराला लावलं आहे. रेडिओ मेकॅनिकचा कोर्स पुरा करून, सरकारी नोकरी लावून त्याला माणसांत आणलेला आहे, केवळ आपल्या मुलीचा नवरा आहे, त्याला कोर्टात खेचणं, त्याचा संसार उद्‌ध्वस्त करणं,

म्हणजे आपल्या मुलीचाच संसार उद्ध्वस्त करणं असं त्यांना वाटतं. बाळासाहेबाला देशमुखांनी फारच सहानुभूतीनं समजून घेतलं आहे. देशमुख काहीसे छंदी-फंदी असतीलही म्हणून तर बाळासाहेबाचं दुसरं लग्न पचलं गेलं, त्याला त्यांनी विरोध केला नाही, याचा अर्थ त्यांची मुलगी वेडी आहे, असा करून घेणं म्हणजे स्वतःलाच खड्ड्यात घालण्याचा प्रकार आहे हे दादासाहेबांनी सगळं समजून सांगितलं. बाळासाहेबांची कानउघडणी करत-करतच समजूत काढली.

बाळासाहेब अस्वस्थ झाला. काहीतरी आपल्याकडून चुकत गेलंय, याची मनोमन खात्री झाली. पण त्यानं तसं दाखवलं नाही. तो पुनःपुन्हा एकच सूर आळवत होता. 'ते काही असलं तरी देशमुखांची पहिली पत्नी वेडी आहे, हे तुम्ही पूर्वीच सांगितलं असतं तर मी हे लग्न केलं नसतं. ह्या फंदात मी पडलो नसतो.'

''देशमुखांची पहिली पत्नी वेडी होती का शहाणी होती, या देशमुखांच्या खाजगी गोष्टी आहेत. त्यांचा मुलीच्या लग्नाशी काहीच संबंध नाही. वाटलंच तर तुम्ही म्हणाल त्या डॉक्टरांकडं जाऊ. तुमच्या मनातली शंका ते दूर करतील.''

''मुद्दा तो नाहीच. त्यांची पत्नी वेडी होती ही तुम्ही खाजगी गोष्ट मानता. पण लग्नाच्या व्यवहारात ती स्पष्ट करणं जरूर होतं. डॉक्टरांनी काहीही सांगितलं असतं तरी माझ्या मनाला या घराशी संबंध जोडावेसे वाटले नसते; त्याचं काय?''

''ज्या गोष्टीचा लग्नाशी काहीच संबंध नाही, ती खाजगी गोष्ट तुम्हाला सांगायची कशाला? शिवाय बाळासाहेब, एखाद्या घराशी नातेसंबंध जोडण्यापूर्वी तुम्हाला हवी ती संपूर्ण चौकशी प्रथम तुम्ही इकडून तिकडून करायची असते. हे तुमच्या अखत्यारीतलं काम आहे. तुम्ही अशी चौकशी न करता होकार दिला, ही तुमची पहिली घोडचूक आणि त्या मुलीला ही निस्तरायला लावता ही तुमची दुसरी घोडचूक आहे. तुम्हांला शेवटी ती गोत्यात आणल्याशिवाय राहणार नाही. सुमनचं काही कमी-जास्त झालं तर देशमुखासारख्या माणसाला, तुम्हांला भुईसपाट करायला वेळ लागणार नाही.''

''तुम्ही मला हा दम देत आहात.''

''मी दम देत नाही. उलट तुमच्या हितासाठी तुम्हाला फक्त वस्तुस्थितीची जाणीव करून देतो आहे.''

दोघे परतले. बाळासाहेब प्रत्यक्ष बोलण्यात कबूल करत नसला तरी त्याला 'आपलं बरंच चुकलंय' हे पटलं होतं. त्याची जाणीव दादासाहेबांनाही झाली होती. मग त्यांनी चतुराईनं बोलणं आवरतं घेऊन खेळीमेळी निर्माण केली. बोलता बोलता शालनविषयीचीही चौकशी केली. मॅट्रिक झालेल्या नि खाजगी दवाखान्यात नर्सचं काम करणाऱ्या शालननं बाळासाहेबाला अंकित ठेवल्याची जाणीवही दादासाहेबांना झाली.

रात्री दोन गोष्टी शालनला समजून सांगितल्या. सुमनलाही समजून सांगितल्या.

सख्ख्या बहिणींच्या नात्यानं राहण्याची विनंती केली. सोप्यात लावलेले दोघांचे अनेक फोटो, सतत गाणं म्हणणारा रेडिओ, संसार-वस्तू, शोभेच्या वस्तू. घराची एकंदर फॅशनेबल मांडणी पाहता पाहता दादासाहेबांच्या नजरेत एक गोष्ट भरली; बाळासाहेबांना, पांढऱ्याशुभ्र रंगाचे गुडघ्यापर्यंत मोजे घातलेल्या, डोक्यावर परीसारखा फेक पांढरा रुमाल धारण केलेल्या नर्स शालननं मोहिनी घातली असावी. तिच्या एरवीच्या दोन वेण्या, सडसडीत बांधा आणि त्यावर मोठ्या डिझाइनची सहावारी साडी बाळासाहेबाला मॉडर्न वाटत होती. पद्धतशीर शिष्टाचारांनी आणि आत्मविश्वासानं बोलणारी, बारीक गंधाची टिकली लावणारी शालन एका बाजूनं आणि साधेपणानं घोट्यांच्या वर सहावारी पातळ नेसणारी, कुंकवाचा मोठा टिळा लावणारी, भाषेत सफाई नसलेली, काहीशी गांवढळ छटा असलेली, खेडेगावचं चौथी शिक्षण झालेली सुमन दुसऱ्या बाजूला ठेवली, तर कुणीही शिकलेला आणि आधुनिकतेच्या बहिरंगी कल्पनांनी भारलेला ग्रामीण तरुण मागचं विसरून शालनलाच पसंत करील, हे उघड होतं... पण दादासाहेबांना संसारात याहून काही गोष्टी महत्त्वाच्या वाटत होत्या. त्या त्यांनी मनोमन ठेवल्या. सर्वांचा निरोप घेऊन ते गाडी गाठण्यासाठी उठले.

बाहेर पडता पडता त्यांनी सुमनकडं पाहिलं. ठळक मोठं कुंकू, तसेच ठळक मोठे गायीसारखे शांत डोळे आणि गंभीर झालेला चेहरा. परतीच्या साऱ्या प्रवासात त्यांच्या नजरेसमोरून तो हलला नाही. अखेरच्या दिवसांतील तिच्या आईसारखा अगदी हुबेहूब वाटणारा... गेल्या साताठ वर्षांतील सगळ्या घटनांचा अन्वयार्थ त्या चेहऱ्यावर ते शोधत होते.

...आई आणि लेकीची एकच अवस्था. बाळासाहेब, किती भांडलात तरी तुम्ही आणि सुखदेवराव शेवटी एकच आहात. एका माणसाच्या दोन आवृत्त्या निघाल्यासारखे तुम्ही. तुम्ही दोघेही एकाच मातीतली रोपटी. एक असं नि दुसरं तसं. दोघेही आपल्याच वेड्या-वाकड्या वाटणाऱ्या मुळांवर घाव घालणारे आणि स्वतःचं झाडपण उखडून लाकडी रंगीत संसार करू पाहणारे. झाडाझुडपांचा गारवा देणारी माती खाली गाडून वर सिमेंटचा नटवा बंगला बांधणारे आणि रेडिओच्या यांत्रिक गोड बोलण्यालाच माणूस समजणारे. ...बिचाऱ्यांना कळत नाही की झाडंझुडुपं आपल्याच जुनाट मुळांवर फुटलेले जितेजागते जीव असतात... असो! सुमनच्या आणि तिच्या मातोश्रीच्या थडग्यांवर उभी राहणारी तुम्हा दोघांचीही पिढी शहाणी होवो!...

बसच्या धक्क्यानं दादासाहेब भानावर आले. गावाच्या शिवेवर बस थांबली होती. ज्या थांब्यावर ते आणि सुमन काल बसमध्ये चढले होते, त्याच थांब्यावर ते आता सुमनला खांडववनात सोडून आल्यासारखे गलितगात्र होऊन उतरले.

सुमनला आता अधिक ढोसण्या मिळू लागल्या. बाबाकडं पळून जाती पण

तिथंही तिला थारा नाही, याची जाणीव बाळासाहेबाला आणि शालनला झाली होती. मार नसला तरी घडोघडी घालून पाडून चाललेली बोलणी वर्मी बसणाऱ्या घावांसारखी सुमनला सोसावी लागत होतो. निराधार स्थिती अधिक तिखट धार आणत होती. घाव अधिकच विव्हळ करत होते. आपण संपूर्ण निराधार आहोत, हे सुमनला उमगलं होतं. पण तिचा आक्रोश, आरडाओरडा, रडणंभेकणं, शिव्या देणं, भ्रमिष्ट वागणं कुठल्या कुठं निघून गेलं होतं. ती गंभीर आणि पार अबोल झाली होती. शब्दांना विसरल्यासारखी गूढ वाटत होती.

त्या दिवशी रात्री आठनऊच्या सुमारास शालनच्या पोटात कळा सुरू झाल्या नि तिला बाळंतपणाच्या रुग्णालयात हलवलं. मुलाला शालनच्या आईकडं ठेवून बाळासाहेब रुग्णालयात थांबायला म्हणून निघून गेला.

जाताना त्यानं सुमनला जेवण करून झोपायला सांगितलं. नेहमीप्रमाणं घराला बाहेरून कुलूप लावून घेतलं आणि तो निघून गेला

रात्री बाराच्या आसपासचा सुमार. सगळं गाव शांत झालेलं.

'आईऽऽ कुठं असशील गंऽ तूऽऽ?'

गल्लीभर एक आक्रोश फुटला नि मागून किंकाळ्या ऐकू येऊ लागल्या.

लोक धडपडून उठले नि बाहेर आले.

बाळासाहेबाच्या घराकडं धावले.

बाहेरून कुलूप, आतून किंकाळ्या आणि कौलांतून वर येणारा धुराचा लोट.

लोकांनी दार धडकलं. लाथा घालून निखळून काढलं नि आत शिरले.

मधल्या दाराला आतून कडी. आत आगीचा भडका उडालेला फटीतून दिसत होता. आतून दारावर किंकाळ्या आपटत होत्या.

सगळा गोंधळ.

माणसांनी दुसरंही दार निखळून काढलं.

धुराचा भपकारा नि आग एकदम बाहेर आली. तिच्याबरोबर एक करपट उग्र वास.

भडाभड पाणी ओतण्यात आलं. कुणीतरी बाळासाहेबाला बोलावून आणलं.

तोवर सुमन शांत झालेली. एक मनुष्याकृती काळाभोर राखेचा ढीग. डोळ्यांचे गोळे बाहेर उमळून आलेले. जणू डोळे विस्फारून उलटलेलं सगळं विश्व पाहत होते. शरीराची राख मात्र शांतपणे सखोल विश्रांती घेणारी.

बाळासाहेबाला दुसरा मुलगा झाला होता. सुखदेवरावांचा नवा बंगला भराभर वर चढला होता. दोघांचेही नवे संसार नरमेध करून त्या रक्तामांसानी पावन झालेल्या यज्ञभूमीसारखे दिसत होते.

◆

मध्यरात्रीचं चांदणं

ट्रकमध्ये भागीदार असलेल्या शंकररावांची बायको वत्सलाबाईंकडे अधनं-मधनं येत होती. बसत होती. इकडतिकडचं बोलणं निघत होतं. शंकररावही येऊन अधनं-मधनं वत्सलाबाईंना सगळा हिशेब चुकता करत होते. कोर्टातल्या व इतर कामासाठी मधून-मधून मदत करत होते. घरांची, दुकानांची भाडी वसूल करून देत होते... वत्सलाबाईंना कोणी तरी असा आधार हवा होता. जबाबदारी पाहाणारं दुसरं कोणीच नव्हतं. आनंदराव असताना शंकररावांचं येणं विशेष वाटायचं नाही, पण त्यांच्यानंतर ते महत्त्वाचं झालं.

दोन वर्षांत दुःख ओसरून गेलं. आता दुसऱ्याशी बोलावं असं वाटतेलं. शेजारच्या स्त्रिया संध्याकाळी बसायला येत होत्या. कृष्णा मोकळ्या वेळात वर येऊन गप्पा मारत होती... एकटं झोपायची सवय झाली होती.

पण मधूनच त्या समोरच्या कपाटाकडं बघताना वत्सलाबाईंना पूर्वीच्या आठवणी येत होत्या. मन भरकटत जात होतं... त्येंची सदाची खरेदी पुण्या-म्हंबईकडं. कोल्हापूरला मोठमोठं इष्टमैतर. दोस्तांचं घर जसं सजवलेलं असंल तसं हे घर केलं... साध्या गावात ऱ्हाऊनसुद्धा कोल्हापुरात ऱ्हायल्यागत वाटावं. किती बघिटलं. पुणं बघिटलं, म्हंबई बघिटली, राणीची बाग सुद्धा बघिटली... दीस सगळं चैनीत गेलं. सा वर्सं कशी, अशी आली नि अशी गेली... आता असं एकटं बसायची पाळी– त्यांनी ऊर भरून दीर्घ श्वास सोडला. भरदार छाती हताश झाल्यागत खाली गेली.

पलंगासमोरच कपाट असल्यामुळं तिकडं त्यांचं आपोआपच लक्ष जायचं. त्यातल्या एकएक वस्तू आणलेल्या प्रसंगाची आठवण करण्यात त्या भारून जायच्या. त्यातच जगायच्या. मग आठवणी सोनेरी पक्ष्याच्या पिसासारख्या अंगावर मऊ मऊ स्पर्श करत यायच्या... रसरशीत कांतीचं अंग मोहरून जायचं.

...या अंगकांतीनं त्यांचं भाग्य भरून आलं. शहरापासनं पार लांब असलेलं खेडं. तिथं जन्म. चौथी-पाचवीपर्यंत शिक्षण. तिथनं पुढं शिकवणं शक्य नव्हतं.

घरची परिस्थिती सुमारच. पण केवळ नात्यामुळे आनंदरावांच्या घरची ओळख असलेली. आनंदरावांच्या घरी श्रीमंती भरपूर. तालुक्याच्या गावात कापडाचं दुकान. बाजारपेठेत आठ-नऊ दुकानांची रांगच्या रांग स्वतःच्या मालकीची. त्यांचं भरपूर भाडं. शाळेजवळ दोन दोन खोल्यांचे ब्लॉक असलेली एक इमारत. तिचंही भाडं भरपूर येतेलं. शिवाय गावाबाहेर मोकळ्या हवेत बांधलेलं हे नव्या वळणाचं दुमजली घर. भागीदारीत भाडोत्री दोन ट्रक. सगळं कसं छान चाललेलं.

आनंदरावांनी मॅट्रिकमधनंच शिक्षण सोडून धंद्यात लक्ष घातलेलं... मग वत्सलाशी लग्न. ना हुंडा ना शिक्षण, केवळ धावून येणारं कांतिमान सुंदर रूप... तिला कमळातल्या लक्ष्मीगत घरात जपून ठेवली. तिच्या भोवतीनं स्वतंत्र विश्व उभं केलं. खूप जपून फिरवून आणलं. बरोबरीनं फोटो काढले. निरनिराळी निसर्गचित्रं, पडदे, सुंदर वस्तू, दागिने. पातळं तर तिनं किती तऱ्हेची उपभोगली... तिच्याभोवतीनं रंगदार समृद्ध वैभव उभं करून आनंदरावांनी आपल्या सावळ्या रूपाची जाणीव देखील होऊ दिली नाही. मागितल्यासारखी एक मुलगी नि एक मुलगा झाला... मग रूपाला धक्का लागू नये म्हणून वत्सलाचं ऑपरेशन... रूप तसंच दिव्याच्या ज्योतीगत राहिलं.

आणि अचानक मुंबईहून माल घेऊन येताना ट्रकला ॲक्सिडेंट. त्यात आनंदरावांचा मृत्यू आणि वत्सलाबाई दोन मुलांना घेऊन वैभवाच्या अपार गर्दीत पाहुणीसारख्या उपऱ्या होऊन उभ्या.

...दुःख संपत नव्हतं. हंबरूनही कुणी परत येणार नव्हतं. तरी घरातल्या वस्तूंनी आठवणी उफाळून येत होत्या. प्रत्यक्षात भूतकाळ जगताना भास होत होता... वसंत आणि मुक्ता जिन्यावरनं येताना पायांच्या तालावरूनच कळायचं. गावाकडनं स्वैपाकासाठी आणलेल्या तेरा-चौदा वर्षांच्या कृष्णाचीही पावलं कळायची. दूधवाल्याच्या नालांच्या पायताणांची पावलं, सगळं ओळखीचं झालं होतं. आनंदरावांची दणदणत येणारी पावलं तेवढी गैरहजर... वसंताची चाल कोवळी पण रीत मात्र त्यांची आठवण करून देणारी... चांदणं पडलं की जेवणानंतर पान खाण्यासाठी गच्चीत बसणं. मग तिथंच आसपासचं गाव शांत होईपर्यंत गप्पा... आता चांदणं पडलं की फक्त रिकामी मुकी गच्ची जाणवते... मुकं झिरझिर सांडणारं चांदणं. मग पांढऱ्याशुभ्र शर्टाचे आणि पायजम्याचे भास. मनातलं बाहेर येऊन उभं राहणं...

..."खुर्ची आणून देऊ?"

"नको. तू कशाला? मी आणतो की. तू बस."

"थांबा. मीच आणते... निदान आज तरी." खुर्ची वाऱ्याच्या झुळुकीगत गोऱ्यापान नाजूक हातांनी येते.

"बसा."

चांदणं मुकंच... घराचा दुसरा मजला गप्पच. मग सूर काढून हाका मारणं...

अनावर हाका. आत जाणं. सतत जळणाऱ्या झीरोच्या दिव्याखालचा लाईफ-साईज फोटो पाहणं... उमदा. नीटस नाक. भुरभुरणारे पण फार न विस्कटलेले केस. हसणारी जिवणी. प्रसन्न डोळे. दुमडलेली कॉलर... घरात अगदी येऊन बसल्यासारखं. शेजारीच सेलच्या घड्याळाची बारीक टकटक... त्यामुळं तर ते जिवंतच वाटायचं... वत्सला, मी हितंच हाय बरं. चांदण्यात आज नाई बसायचं. आज कंटाळलोय. हिशोब बघायचे होते. मालावर किमती टाकायच्या होत्या. अजून बिलं नि बाकी बघायची हाय. ...तू दिवा विझीव. पलंगावर जाऊन उबदार रजईत झोप. मी सोबतीला असेनच.

मग नसलेल्या उबीत आहेत असं समजून झोपणं. रात्री झोपेत त्यांच्याबरोबर जगणं, फिरणं, हसणं. सकाळ फुग्यागत आवाज न करता फुलायची. अचानक जाग. डोळे नितळ... पण रजई एकुलती एकच. न कळत हात सर्व गादीभर फिरायचे. शेवटी थरथरत पिलं शोधणाऱ्या नागिणीगत सरपटत परतायचे. मग आंघोळ, चहा-पाणी यांच्यासाठी खाली जायचं. निःश्वास सोडत सगळं उरकून घ्यायचं. मग पुन्हा वरती... मुलं भोवतीनं हसणारी-खिदळणारी. कधीच दुःखमुक्त होऊन आपल्या आपल्यात जगणारी. शाळेला जाणारी.

पण वत्सलाबाईंचं सगळं जगणं आनंदरावांच्यात. मुलं शाळेला गेल्यावर दुपार तर जास्तच खायला उठायची. ...पलंगावर उगीच वेळ काढत समोरच्या कपाटाकडं बघत बसणं. त्या कपाटात अनेक प्रकारचे रंगीत पक्षी, सैन्याची छानदार पलटण, त्यांच्या दोन्ही बाजूला दोन तोफा, धक्का लावला की तीन ठिकाणी मुरडणारी नृत्याच्या पवित्र्यातली बाहुली, मोठ्या पोटाचा मारवाडी आणि त्याची तशीच स्थूल बायको.

...हा मारवाडी नि त्याची बायको आनंदरावांनी पुण्याहून आणली. त्या वेळी वत्सलाबाई थट्टा करत पोट भरून हसल्या.

"आता असंच तुम्हीबी दुकानात बसून बसून वातुळ्या पोटाचं हुणार."

"आणि तू ह्येच्या बायकोगत घरात बसून बसून हुणार."

वर्ष झाल्यावर अल्बममधले सगळे फोटो फ्रेम करून घेतले. अनेक प्रसंग टिपणारे फोटो खोली भरून सर्वत्र लावले.

...सगळा भोगलेला भूतकाळ चित्ररूपानं खोलीभर होता आणि मधे वत्सलाबाई पायावर पाय घालून विरहिणी होऊन बसलेल्या. ...सगळं काचेच्या पलीकडचं पहात. हात फिरवता येत होता; पण भोगता येत नव्हतं. जवळ होतं; पण एकरूपून जाता येत नव्हतं.

दोन दिवस ट्रकबरोबर गेलेले शंकरराव रात्री परतले. सकाळी उठून, आंघोळ करून, मुंबईहून आणलेलं वत्सलाबाईंचं सामान घेऊन आले. मुलं खाली शिकवणीला

बसली होती.

"आई कुठं हाय?" माहिती असूनही त्यांनी सहज विचारलं.

"वरती." नेहमीचं उत्तर.

मुलांना बोलकं करून वर आले... वत्सलाबाई नुकत्याच आंघोळ करून विंचरत होत्या. गुडघ्याच्या लवणीपर्यंत केस. अशक्य वाटावं अशी त्यांना मिळालेली ही काळीभोर देणगी. नुकत्याच आंघोळीनंतरचा दुधावरच्या सायीगत कांतिमान चेहरा. लव चकाकणारी. गरम पाण्यामुळं अंगावर लालसर गुलाबी लाली सांडलेली... आरशासमोर त्यांना पाहून शंकरराव डोळे भरून धडाडले. घायाळ झाल्यागत मागं सरकले.

क्षणभरानं कडी वाजली... कुठल्यातरी भानातनं वत्सलाबाई जाग्या झाल्या. त्यांनी केसांची गुडघ्यापर्यंतची नागीण गुंडाळून मानेजवळ ठेवली. चाप सारले. डोक्यावर पदर घेतला.

"या. कधी आलासा म्हंबईसनं?"

"राती... हे तुमचं सामान."

पलंगाजवळ त्यांनी स्टूल ओढलं. वस्तू दाखविल्या... शंकररावांचा आवाज उगीचच घाबरा घोगरा होत होता. त्यांनी न बोलताच एक पांढरं नवं पॅकिंग काढलं. त्यातली प्लॅस्टिक पिशवी हातांत घेऊन तिच्यातन झगझगणारा गडद मयूरपंखी शालू काढला... वत्सलाबाईंनी डोळे भरून त्याच्याकडं बघितलं आणि कधी नव्हे इतकं शंकररावांच्या चेहऱ्याकडं ठळक काळ्याभोर डोळ्यांनी पाहिलं... शंकररावांचे डोळे क्षणभरच त्या डोळ्यांत उतरले नि खाली पडले.

"कशाला आणलं हे?" वत्सलाबाईंची लवीची जिवणी पुटपुटली.

"आणलं मन व्हायलं म्हणून!"

"मन व्हायलं?"

"हां... बघितलं नि घ्यावं असं वाटलं." त्यांनी पहिल्या बोलण्यातच दुसरी छटा मिसळली.

"चांगला हाय."

"बऱ्याच दिवसांत तुमच्या अंगावर नवं बघितलं न्हाई. गौर जवळ आलीय... तुमच्या गोऱ्यापान अंगाला मयूरपंखी रंग उठून दिसंल असं वाटलं."... मन कुठंतरी प्राणाबाहेर काढल्यागत ते बोलत होते.

त्या न बोलताच उठल्या. जिन्याच्या दाराजवळ गेल्या.

"क्रिष्णा, च्या आण ग वर."

"हां.' खालून आवाज आला.

"गुरुजींस्नी पण दे."

"बरं."

पुन्हा सगळं वातावरण भुईवर आल्यागत झालं. हिशेबांची बोलणी शंकररावांनी आपण होऊन काढली. बाकीच्याही गोष्ट माहिती म्हणून सांगितल्या.

चहा पिऊन जायला निघाले.

"थांबा."

"आं?"

"ब्यांकतनं थोडे पैसे आणून द्या... हे बुक घ्या.' बुकात, भरलेली स्लिप आणि त्यावर वत्सलाबाईंची बालबोध सही होती. ...श्रीमती वत्सलाबाई आनंदराव काळभोर.

"संध्याकाळी येताना येतो. आता गावात काम हाय... का ब्यँक सुरू झाल्याबरोबर आणून देऊ?"

"नको. संध्याकाळी आणलं तरी चालण्यासारखं हाय."

बुक घेऊन ते बाहेर पडले. ...जाता जाता त्यांनी घड्याळात किती वाजले ते पाहिलं. शेजारी आनंदरावांचा फोटो जिवंत असल्यागत. ते चटकन निघून गेले.

ते गेल्यावर वत्सलाबाईंचं मन धुक्यागत भरून आलं. उत्कट लोट आले नि डोळ्यांवरून निघून गेले. ...छानदार दाढी करून मिशांना कट मारणारे शंकरराव. इस्त्रीची ताजी कापडं त्यांच्या अंगावर असायची. चपलांना पॉलिश. त्या सगळ्याचा रुबाब जपत ते वत्सलाबाईंकडं यायचे. काम झालं तरी घोटाळत राहायचे. मुक्ता बारा-तेरा वर्षांची होती तरी तिला कुरवाळत, लळा लावत तिथंच घुटमळायचे. ...त्यांना काही तरी खूप सांगायचं होतं. पण वत्सलाबाईंच्या ते ध्यानातच आलं नाही. आज त्याची काहीशी जाणीव झाली नि त्यांचं मन कितीतरी वर्षांनी हिरव्या उग्र क्षणांनी भरून आलं. एकांतात कधी नव्हे ते हसू उमलून धारदार चेहरा चाफ्यागत झाला.

संध्याकाळी वसंत नि मुक्ता शाळेतनं आली नि चहा पिऊन खेळायला गेली. ...वत्सलाबाईंनी केस विंचरून छानदार वेणी घातली. पण ती किती लांब! पुन्हा त्यांनी ती तशीच गुंडाळून मानेजवळ ठेवली. भांग व्यवस्थित पाडला. समोरचे केस किंचित कुरळे होते. ते तसेच चोपून त्या चाप लावत असत. पण केसांना या वेळी पूर्वीसारखा कुरळेपणा येऊ दिला. कानांच्या मागे चाप लावून पुढचे काळेभोर दाट केस ढिले करून घेतले. ...तोंड धुतलं. सहज हातात घेऊन पावडर लावली. नऊवारी पातळ घोळदार नेसून त्या पलंगावर बसल्या... समोरच्या कपाटाकडं लक्षच नव्हतं... मन आतल्या आत एकांतात वाहणाऱ्या नदीवरच्या लाटासारखं उमलत होतं नि मिटत होतं. मिटून पुन्हा उमलून येत होतं.

शंकरराव नेहमीच्या रुबाबात आले. त्यांची रुंदट घाटदार छाती, उठावदार नाकपुड्यांचे सरळ नाक, भेदक तेजदार डोळे, उजळ रंग, भरीव आवाज आज

वत्सलाबाईंना विशेष जाणवू लागला... सगळं न्याहाळत त्या बोलत होत्या.

"मिळालं पैशे?'

"मिळालं."

त्यांनी खिशातनं पासबुक नि दहाच्या दहा नोटा काढून मोजून हातात दिल्या.

"बसा. च्या करायला सांगती."

ते बसले. इकडतिकडची बोलणी झाली. वत्सलाबाई खाली बघून डाव्या हाताची बोटे न्याहाळू लागल्या. उजव्या हाताच्या बोटांनी नखं स्वच्छ करू लागल्या. शंकरराव खाली मान घालून आठवेल ते बोलत होते. उगीचच धडधड वाढत होती. वत्सलाबाई प्रसन्न होऊन जात होत्या... चाफा फुलत चालला.

"वैनी."...अनावर क्षण सांडू लागला.

"अं!"...मुग्ध सौम्य ज्योत.

"शालू नेसला न्हाई अजून?"

"गौरीच्या वेळी बघीन. आता आडवारी कशाला?"

"बघा तरी नेसून."

"आता?"

"हां!... मी पाच मिंटं बाहीर जाऊन येतो तवर नेसा." पूर्ण उमललेलं हास्य. शंकररावाच्या मनात सूर्यफूल पसरत गेलं.

"जाऊ?"

"थांबा." क्षणभर त्या थांबल्या. सलज्ज म्हणाल्या; 'मला कशाला आणला शालू? विनाकारण पैशाला कार."

"असू दे... कापडाचं दुकान मोडल्यापासनं तुमच्या अंगावर नवं बघितलंच न्हाई मी.'''

"ते का? कैक पातळं फाडली की.'

"ती कसली नवी पातळं?" हे माझ्या मनासारखं आणलं... तुमच्या मनासारखं काई करावं असं वाटलं."

"काय तरीच."

"खरंच... इतकी वर्सं संसार करून कोरडंच ऱ्हायल्यागत वाटतं. म्हणून काय तरी केलं."

"म्हंजे?"

"म्हंजे असंच... मनातलं दुःख मनातच ठेवायचं. बाहीर कशाला काढायचं?"

"मला काय कळत न्हाई तुमचं बोलणं."

"मनाजोगती बायको कुठं मिळाली मला?... गाठी मारल्या म्हणून संसार करायचा... आनंदरावानं कसा सोन्याचा तुकडा आणला. सोता चारजणागत काळासावळा.

पण बायको कशी मिळाली त्येला?''

वत्सलाबाईंच्या मनावर हिरकणी करकरत गेली.

''एक-एकाचं नशीब असतं, भाऊजी... आता माझं बघताच तुम्ही.''

''कसलं नशीब! भरल्या संसारात जलमभर उपाशी ऱ्हायाचं.''

''कोण म्हणता?''...त्यांचं मन ताणलं.

''सगळीच की. तुम्ही काय नि मी काय.''

''हां.''

''मी म्हणतो आपलं तोंड आपूणच बांधून का उपाशी ऱ्हायचं?''

''व्हय की.''

कृष्णा चहा घेऊन आली.

मुक्ता आपल्या मैत्रिणाला घेऊन आली नि कंपासपेटी उघडून बसली. त्या दोघींचं ड्रॉईंग सुरू झालं... घटकाभर मुकेपणात बसून शंकरराव उठले.

''उद्या संध्याकाळी येईन मी.''

''या.''

'भरलेली खुर्ची रिकामी झाली... दारातल्या भारदस्त चपला हळूच निघून गेल्या.

दीस मावळून बाहेर मुक्यानं सरपटत काळोख येत होता... मनातला पहिला तळ ढवळून निघत होता. वर गढूळ गाळ येऊन पाण्याचा रंगच बदलून जात होता... त्यांनी हळूच दार लावलं. मन मंजिरल्यागत झालं... आतून रातराणी फुलल्यागत दरवळून आलं. त्यांनी सावकाश शालूची घडी उलगडून बघितली. निळ्या रंगात हिरवागार गडद गडद तृप्त रंग... पिवळ्या सोन्याच्या चकचकीत मोहरागत त्यावर टिकल्या. जरीचा महाल पदरात उभा राहिलेला. त्यांनी तो हळूच अंगावर परिधान केला... नवानवा वास. तशीच सळसळ... मयूरपंखात गोरा रंग उठून दिसला. त्यांनी आरशात पाहिलं... कुठंतरी लांब लांब लग्नाच्या पहिल्या रात्रीपर्यंत जाऊन आल्या.

रात्रीचं जेवण त्याच तंद्रीत करून वत्सलाबाई पलंगावर एकाकी पडून राहिल्या... भोवतीनं जगलेलं, भोगलेलं विश्व फोटोंच्या रांगांत निश्चल उभं. घड्याळ, बाहुल्या, पक्षी, शिपाई... हे सगळं किती रंगीत, किती मोहक! पण चूपचाप बसलेलं, त्यांना जीवच नसलेला. कपाटाच्या चौकटीत अडकलेलं. काचेच्या पलीकडलं... त्यांनी लाइट विझवताच ते खट करून अंधारात गेलं.

झीरोचा दिवा... स्वप्नातल्यासारखा त्याचा अंधुक, मंदमंद उजेड. एकाकी पलंग. पायदळीची रजई... खाली एकटीएकटी. सगळी मातीची नि कागदी चित्रं

भरलेली... भुसा भरलेल्या सुंदर, निर्जीव हरणासारखी.

...पलंग करकरला... किती दिस या खोलीत जित्या माणसानं ऱ्हायाचं? ताऽन-भूक सगळ्यांस्नीच असती... पाच वर्सं झाली. काया अशीच हुबी. कपाटातल्या रंगीत भावलीगत ताटकळणारी. कुणासाठी?... कुणासाठीबी न्हाई. अशीच... अशीच बसून अशीच नासून जाणारी... येणाराच निघून गेला... त्येंनीच नुसतं भोगलं... मी काय भोगलं?... पैल्या दिशी गोऱ्या अंगाला काळ्या हातांचा विळखा बघितला नि जीव गेल्यागत झालं... डोळं मिटून घेतलं... फुडं सवं झाली. बाकीचं भरपूर मिळालं; पर आत आत भूक ऱ्हाऊन गेली... संसारात असून कोरडी... शंकरभाऊजीला बायकू पद्मिनीगत मिळाली असती... छत्रपतीगत त्येंचं रूप. पर छत्रपती आत उपाशीच... उपाशीच भावल्या, उपाशी शिपाई, उपाशी चिमण्या. ...वर वर सगळं रंगीत...

"...वत्सला." आनंदरावांनी दारातनंच हाक मारली. हे घरं कुठलं होतं कुणास ठाऊक?

"काय?... या की आत." वत्सला आत बसली होती. घोंगडं आंथरून दिलं होतं. त्यावर हिरव्या शालूत बसलेली वत्सला. हातात हिरवा चुडा किनकिनणारा. डोक्यावर नीट पदर घेतलेला. तोंड कोवळ्या कांतीचं.

...वत्सलाच; पण ती किती पूर्वीची! नुकतंच लग्न झालेली अठरा वर्षांची पोर. घाटदार बांधा. पालथा पाय घालून बसलेली. शेजारी आणखी एक कोणी तरी.

आनंदराव आत आले. साधेच कपडे. पालथा पाय घालून तेही तिच्यासमोर बसले.

"येणार न्हवं घरला?"

"आता कशाला?"

"उगंच." त्यांच्या मनाला आत पीळ पडला.

"काय काम हाय?" तिचं सहजच विचारणं.

"काम असं न्हाई. पण घराकडं चल की."

"त्यांस्नी विचारायला पाहिजे."

"विचार की."

"खरं म्हंजे अजून जेवण व्हायची हाईत. आपल्या दोस्तांस्नी ते वाढाय लागल्यात. तेवढं झाल्यावर विचारती."

"उशीर लागंल त्येला."

"हां!... खरं तर तिकडं आता काय काम हाय? मलाबी अजून जेवायचं हाय आणि आजच तर लगीन झालंय. आजच्या आज मला बाहीर पडायला यायचं न्हाई.

हळद निघायची हाय. पाच दीस हितं ऱ्हाईन. मग येईन तिकडं फिरत.''

"वत्सला, तू माझी बायको न्हवं?''

"व्हय. पर पाच-सा वर्सं तुमचा पत्त्याच न्हाई. मी किती वाट बघायची? अखिरीला बाबांनी ह्येंच्याबरोबर लगीन करून दिलं.''

"लगीन करणारा ह्यो कोण?''

"तुमचाच भागीदारी. ते म्हणालं मी सगळं निभावून न्हेतो.''

"अगं, ह्येचा-माझा नुसता भागीदारीचा संबंध. ह्यो काय निभावून न्हेणार? चल तू घराकडं.''

"मला आता यायला कसं जमंल?''

शंकरराव बाहेर आला. हसत, प्रसन्नपणानं त्यानं आनंदरावाकडं बघितलं.

"जेवणार काय रे चार घास?''

"न्हाई आता. जेवून आलोय.''

"का आला होतास?''

"वत्सलाला न्ह्यायला.''

"आताच तिला सवड होणार न्हाई. चार-पाच दिवसांनी एकाद्या वेळेस येईल.''

वत्सला खुषीत होती. ती शेजारी बसलेल्या नणंदेच्या प्रश्नांना उत्तरं देत होती. उत्सुक डोळ्यांनी येणाऱ्या रात्रीची वाट पाहात होती. आनंदराव आतल्या आत ढासळत जाताना दिसला. जे अंगांग आपल्या मालकीचं, आपलं होऊन आपण जगलेलो; तेच आपल्या काचेपलीकडच्या जाण्यानं दुसऱ्याचं होतंय. आपणाला तिला हातच घालता येत न्हाई. आपण काचेत अडकलोय. फोटोत पक्के बांधले गेलोय...

वत्सलाबाई झोपेतून ताडकन उठल्या. लाइट लावला. झगझगीत प्रकाशात आल्या.

'...कसलं चमत्कारिक स्वप्न म्हणावं हे!' स्वतःशीच त्या पुटपुटल्या. समोरच्या फोटोतील आनंदराव त्यांच्याकडे एकटक पाहताहेत, असा त्यांना भास झाला.

फोटोखालच्या खुर्चीत तो निळा जांभळा झगमगणारा शालू तसाच पडलेला... ह्यानंच तर ते स्वप्न बाहेर येऊन माझ्यात उतरलं असणार. किती भेसूर होतं!

त्या उठल्या नि त्यांनी पूर्वजन्मीच्या स्वप्नांची करावी, तशी त्या शालूची घडी केली. कपाटाजवळ रचलेल्या ट्रंकांची उतरंड उतरली. तळातल्या शेवटच्या ट्रंकेत अगदी तळात ती घडी ठेवून दिली. ट्रंकेचं तोंड पुन्हा बंद केलं. तिच्यावर पुन्हा ट्रंकांची उतरंड रचली. हे करताना त्यांचं अंग घामानं डबडबून आलं. त्यांना वाटलं, आभाळात ढग दाटून आलेत. त्यांनी गच्चीकडच्या दाराची कडी काढून ते उघडलं.

त्या खुडबुडीनं समोरच्या खोलीतील वसंताला जाग आली. त्यानं डोळे उघडले

तर आईच्या खोलीत त्याला झगझगीत उजेड दिसला... एवढ्या रात्री आई का उठली?

"काय झालं गं आई?" वसंतानं अनपेक्षितपणे आईला हाक घालून विचारलं.

वत्सलाबाई चमकल्या; काहीशा गोंधळल्याही.

"काय न्हाई. काय तरी खुडबुडलं. वाटलं उंदीर आला असावा. आरशाजवळच्या स्टुलावर अलंकार तसेच पडले होते. घामाच्या वासानं उंदीर एखाद्या वेळेस गळ्यातले अलंकार पळवायचा; म्हणून उठले."

"असं होय. मला वाटलं घरात कुणी ऐन रात्री घुसलं का काय?" तो उठून बसला होता. त्यानं आपल्या खोलीतील लाइट लावला. त्याच्या संवादानं मुक्ताही अंथरुणात उठून बसली. चोर हा शब्द ऐकून तिची झोप उडाल्यासारखी झाली होती.

"खुडखुडल्यावर मलाबी पैल्यादा तसंच वाटलं. वाटलं, घरात कुणी घुसलंच असावं."

"...मला पण तस्संच वाटलं;" म्हणत मुक्ता चक्क आईच्या खोलीत आली.

तिच्या मागोमाग वसंताही आला.

"चला. जरा वेळ गच्चीत बसू या. मला झोप येत न्हाई. गुदमरल्यासारखं झालंय, घाम आलाय; म्हणून मी गच्चीचं दार उघडलं."

...तिघेही गच्चीत गेले. आभाळात ढग आलेले नव्हतेच. उलट मध्यरात्रीचं चांदणं छान पडलं होतं. आसमंत शांतशांत वाटत होता. वत्सलाबाई वसंता आणि मुक्ता यांच्याकडं वत्सलपणानं पाहत स्वतःच्या आणि आनंदरावांच्या खाणाखुणा टिपत होत्या.... जणू ते दोघे एकरूप होऊन त्या दोन्ही मुलांत उतरले होते.

"...तुम्ही दोघं असल्यावर आता कुणी उंदीर येणार न्हाई की चोर येणार न्हाई..." अभावितपणे त्या बोलून गेल्या.

...चांदणं सगळ्यांच्या अंगावर सांडू लागलं.

◆

पांद

रात्रभर पाऊस चिटचिटत होता. धड लागतही नव्हता आणि बंदही होत नव्हता. चिंचेखाली कंपाउंडच्या भिंतीचा आधार घेऊन ती निजलेली. पटकुरावर प्लॅस्टिकच्या फाडलेल्या पिशव्या पांघरलेल्या. त्याचंच वर छप्पर आणि त्यावर पावसाचं प्रचंड आभाळ...

पहाट झाली नि ती उठली. पायांच्या चिंध्या सावरल्या. बोटं पार गेलेल्या हातांची नि तोंडाची मदत घेऊन त्या आवळल्या. आवळता आवळता जखमा बघितल्या... पसरत होत्या. पसरणारच होत्या. आता फक्त त्यांच्या स्वाधीन होत जगायचं.

आडवं थोराड हाड. महिनाभर उपाशी राहिली तरी कुणाला कळणार नाही असं अंग. पण ते तोडल्या जाणाऱ्या चिंचेसारखं तुकड्या तुकड्यांनी झडत चाललं होतं. जखमा आपल्या मनानं पसरायच्या. कळा नव्हत्या, कळत नव्हतं ते एक बरं होतं. त्या बघवायच्या नाहीत इतक्या ओंगळ दिसत होत्या. तिनं त्या फडक्याखाली झाकल्या. कितीही दोऱ्या आवळल्या तरी पत्ता नाही. त्या पुरेशा आत रुतलेल्या बघून तिनं आवळायचं थांबवलं. घोट्यापर्यंत काही कळतच नाही. इकडं मनगटापर्यंत कळत नाही. दिसण्याची शक्ती असलेल्या लाकडी डोळ्यांनी तिनं बघितलं नि तारेचं टंबरेल कोपरात अडकून उठली.

तिकटीवर वाहणाऱ्या नळाला तिनं ते लावलं. नळ सतत वाहणारा. त्याच्या चावीचा वरचा कान मोडलेला. ते एक बरंच झालेलं. नाहीतर बंद झालेली चावी सुरू करायची म्हणजे तिला एक संकटच होतं. टंबरेल भरलं नि पायाचं खुंट जवळ जवळ टाकत ती परत आली.

टंबरेलावर पत्र्याचा तुकडा झाकला नि हॉस्पिटलजवळ असलेल्या कचऱ्याच्या पेटीकडं गेली. सायकलीच्या फेकून दिलेल्या दोन निकामी टायरी तिला मिळाल्या. बाटल्यांची मोकळी साताठ डबडी उचलली. पिवळ्या चिकट द्रवानं भरलेला कापूस बाजूला सारून तीन-चार पांढऱ्या चिंध्या गोळा केल्या. ते सगळं पुन्हा टंबरेलाजवळ

आणून ठेवलं.

"गिंजे, नजर ठेव गं. दोन टायरी हाईत बघ. मी इतक्यात आली." तिनं गेंगाण्या आवाजात गिरजीला सांगितलं. गिरजीच एखाद्या वेळेस आपण आणून ठेवललं जळण उचलती असा तिला संशय होता. म्हणून तिलाच नजर ठेवायला सांगितलं.

चिंध्या घेऊन पलीकडच्या पेट्रोल पंपावर गेली. मोटारी धुवायच्या बाजूला जळकं काळं तेल सांडलेलं असतं. त्यात चिंध्या बदाबदा बुडवल्या नि तशाच थोट्या पंजावर ठेवून आणल्या.

चुलीच्या दोन्ही बाजूंच्या विटा चहाचं डेचकं ठेवण्याजोग्या जवळ जवळ केल्या. टंबरेलातलं दोन-तीन कप होईल एवढं पाणी डेचक्यात ओतलं. डाव्या हाताच्या दोन बोटांच्या उरलेल्या दोन पेरांचा आधार घेऊन ते चुलीवर ठेवलं. ती उरलेली दोन पेरं तिच्या हातांचा शेवटचा आधार होता. त्यांची एक ओबड-धोबड चिमूट तयार करून ती आपली न टळणारी कामं करी. उजव्या हाताचा फक्त पंजा उरलेला. त्यालाही आता मनगटाखाली फोड आल्यागत झालेलं. कधी तरी ते फुटणार हे तिला ठाऊक होतं.

गेल्या आंब्याच्या सुगीत फळांच्या तीन मोकळ्या करंड्या तिनं कचरापेटीतनं मिळवल्या होत्या. त्यांत तिचा सगळा संसार मावलेला. सापडलेली पत्र्याची डबडी, जर्मनची दोन डेचकी, प्लॅस्टिकचे दोन डबे. त्यांतला एक नको इतका गळका झालेला. पण तिनं तो इतर वस्तूंसाठी ठेवलेला. कधी तरी उपयोगाला येतील म्हणून तिनं त्यात तांदूळ ठेवून टाकले होते.

मधली करंडी तिनं उघडली. चहासाखर काढली. ठेवलेले पावाचे तुकडे काढले. चहाचा बराच भुकटा तिच्या जवळ होता. केव्हातरी हॉटेलातनं उकळून टाकलेला तिनं गोळा करून वाळवला होता. एका पत्र्याच्या तुकड्यानं तिनं त्यातली पावडर डेचक्यात टाकली. त्याच पत्र्यानं साखरही टाकली.

होती तशी करंडी झाकली नि तेलातल्या चिंध्या घेऊन म्हातारीच्या चुलीजवळनं पेटवून आणल्या. चुलीत सारल्या. जाळ भगभगू लागला. कागदाची डबडी आत जाऊ लागली. डेचकं सळसळ वाजू लागलं. बाहेर जाणारा जाळ काटकीनं आत सारू लागली. जाळ वाया जाऊ नये म्हणून तिची काटकसर चालली.

आज देवीचा वार. निदान आज तरी जास्तीत जास्त पैसे मिळावेत ही तिची इच्छा. म्हणून रात्री बारा वाजताच नळाजवळ कोण नाहीसं बघून देवीच्या नावानं निर्मळ होण्यासाठी आंघोळ केलेली. खरं म्हणजे त्या चौघींनीही एकदम जाऊन आंघोळ केली होती. एकमेकींची अंगं धुतली होती. एकमेकींना अंग पुसायला मदत केली होती, एकमेकींना लुगडं नेसवायला हातभार लावला होता. धुणी धुवायला

एकमेकींचा हात लागला होता. तिनं दोन जोडपाचं धुतलेलं जुनेर रात्रीच नेसलेलं. दिवसा नेसणं अशक्यच झालेलं...

उकळलेला चहा दुसऱ्या डेचक्यात गाळला. त्यात पावाचे तुकडे भिजवत टाकले. चूल विझवली. डेचक्यातनंच चहा पीत, पाव खात ती रस्त्यानं जाणाऱ्या-येणाऱ्या गर्दीकडं बघू लागली. शुक्रवारची सकाळ. कोणतरी देवीचा अंगारा लावून देवळातनं येत असतं. थोडे पैसे अचानक टाकून जात असतं... पण आता पूर्वीइतकं घडत नव्हतं. पैसे जमत नव्हते. म्हणून डोळ्यांत उत्सुकताही फार नव्हती. डोळे आहेत म्हणून उगीच कोरडेपणानं बघत राहायचं.

पाच वर्षांत तिची उत्सुकता विझत गेलेली. पहिल्या वर्षा दीड वर्षात तिनं बऱ्याच उत्सुकतेनं हा रस्ता न्याहाळला. येणाजाणाऱ्या माणसांना निरखलं.

तिला वाटत होतं, गावाकडचं कुणीतरी चौकशी करत येतील. आपल्याला बघून त्यांची मनं भडभडून येतील. डोळं गळतील. समजूत काढतील... पोरगा दांडगा झाला असंल. येईल नि घराकडं चल म्हणंल. एखाद्या वक्ती पोरगी हुडकत येईल... म्हणंल–

"...आई, हितं ऱ्हाऊ नगं. माझ्या गावाला चल. मी पोसती, तू जड ऱ्हाईस मला."

"नगं, बाई. तुझा दाल्ला तुला नांदवायचा ऱ्हाई."

'त्येचा बा नांदवंल. मी तुझी गावाबाहेर येवस्था करती. तिथं आणून तुला भाकरी दिली म्हंजे झालं. त्येच्या घराला का मी तुझ्यानं बाटविणार हाय?"

"नसलं तरी नगं. माझ्यापायी समद्या गावभर तुझ्या अब्रूचं खोबरं हुईल. रोज तुझ्या गावाच्या डोळ्यांम्होरं, तुझ्या दाल्ल्याच्या डोळ्यांम्होरं मी ऱ्हायाची. त्येनं मग तुलाबी टाकून दिली म्हंजे?"

"त्येला का ठावं ऱ्हाई माझी आई अशी हाय ते?"

"ठावं असलेलं न्यारं आणि डोळ्याम्होरचं न्यारं... माझ्या दाल्ल्यानं ऱ्हाई मला टाकली? माप आठरा वर्सं संसार केला की, त्येला का जीव लावला ऱ्हवता मी? त्येचा जीव का माझ्यावर ऱ्हवता? हे अंगावर उमटलं नि एक वर्सात त्येची माया आटत गेली. काय खरं ऱ्हवं बघ. आपूण धड तर सगळं जग धड."

"बाऽगतच मलाबी समजू नगं, आई."

"ऱ्हाई लेकी. तुला तसं कसं मी समजीन? तुझं भलं तेच माझं भलं. माझ्या जल्माचं एक वाटुळं झालं म्हणून का तुझ्या जल्माचं वाटुळं करू? हाय हितं झकास हाय बघ. पावसुळ्यात जरा हाल हुत्यात. तरी वर चिच्चंची झाडं हाईत. या भिंतीच्या आडुशाला पाऊस लागत ऱ्हाई, वर पलास्टीकची कागदं घेतली की चालतं. आत काय हुईत ऱ्हाई. थंडीच्या दिसांतच जरा थंड आवरत ऱ्हाई... तू

आलीस बरं झालं. अशीच कवा आठवण झाली तर येत जा. कवा एखादं पडलेलं फाटकं जुन्यार, एखादं वाकळंचं न्हाईतर घोंगड्याचं बोतार घेऊन ये. तेवढंच थंडीचं हुईल. ...''

हा सगळा मायलेकींचा संवाद तिच्या मनाशीच चाले. दोन-तीन वेळा तिनं हे घोकून ठेवलं होतं.... कुणी आलं तर असंच बोलायचं. मन घट्ट करायचं. गावाकडं जायचं न्हाई. कुणाला आपला तरास नगं नि त्या माळावरनं माझ्यासाठी गावबी उठायला नगं... खरं-खोटं काय हुतं ते कळत न्हाई. ज्येचं पाप त्येच्या संगं.

तिला तो प्रसंग वरचेवर आठवे... कशानं तरी तिच्या पायाच्या तळव्याला जखम झाल्याचं निमित्त झालं. चार-पाच महिने ती बरीच झाली नाही. मग उजव्या हाताला अशीच झाली नि बोटं आखडली. बोटांना थंड, ऊन काहीच कळेना.

तालुक्याच्या डॉक्टरानं सांगितलं, महारोग आहे. तिला कुणीतरी उंच नेऊन खोल विहिरीत ढकलून दिल्यागत झालं.

पाच-सहा महिन्यांतच तिला गावाबाहेर एक घोडंखोप बांधून दिली. तिचं मन चेचलं जात होतं. तरी सोसत होती. गावाकडची बहीणभाऊ एकएकदा चौकशी करून गेली. नवरा-दीर दोन वेळाची भाकरी पोचती करत होते. नुकतंच लगीन झालेली एकुलती एक लेक चौकशी करून जात होती. धाकटा एक पोरगा. त्याला नवरा सहसा तिच्याकडं लावून देत नव्हता. तिथंपर्यंत ठीक होतं. मन घट्ट करून, भोग म्हणून भोगत होती.

दोन वर्षं अशीच गेली. हातपाय चांगलेच झडू लागले. जखमा चिघळू लागल्या. अंगावर फोड उठल्यागत उंचवटे उठू लागले. नवरा दुसरं लग्न करण्याचा प्रयत्न करत होता. अजून तरुण होता. पण गावातच पहिली महारोगी बायको आहे, असं कळल्यावर कुणी मुलगी द्यायला तयार नव्हतं. तिला हे सगळं रानात जाणाऱ्या बायकांकडनं कळायचं. त्या तिची अधनंमधनं चौकशी करायच्या. लांबच उभ्या राहून बोलायच्या आणि जायच्या. त्यातनंच तिला असंही कळलं की नवरा चिखल्याच्या कुसमीच्या नादाला लागला आहे, जावेनं अंगावर नवे दागिने केले आहेत.

...तिला गावात यायला बंदी होती. जीव तळमळत होता. तव्यावर जिवाचा सांडगा भाजल्यागत होत होतं. पण काही करता येत नव्हतं. आक्रोश करून ती रडायची. तोंडाला येईल ते बोलायची. जेवण घेऊन येणाऱ्यावर तोंडसुख घ्यायची. वेड लागल्यागत झालं होतं नि शरीराच्या जखमा जास्तच चिघळत होत्या.

त्या वर्षी पाऊस लागला नाही. पिकं वाळून चालली. कोणत्या तरी गावदेवीच्या तोंडातनं गेलं की गावात महारोगी आहे. गावशिवेच्या बाहीर त्याला घालवा. वरुणराजाला वाट मोकळी करून द्या... न्हाईतर पाण्यावाचून गावालाच हितनं उठावं लागंल...

तिच्या नवऱ्याच्या पथ्यावर हे पडलं. तिला घालवायला त्याला आधार मिळाला. तिच्या कानांवर ही बातमी गावातल्या बायकांनी घातली. कुणी सांगितलं की सोपानाला दुसरं लगीन करून घ्यायचं आहे म्हणून ही इगत काढली... तिनं आकान्त मांडला.

सोपानानं तिचं अन्न आठ दिवसांत तोडलं. आठ दिवसांची मुदत दिली. कुठंतरी लांबच्या मुलखात निघून जायला सांगितलं. लेकीची भेट झालीच नाही. धाकट्या विष्णूला लांबनंच दाखवलं... तिचं ते रूप बघून त्याचंही मन घट्ट झालेलं. तिला वाटलं, त्याला एकदा तरी उरासंगं घट्ट धरावं. तोंड कुरवाळून गालाचा मुका घ्यावा. 'माझ्या इष्णूऽऽ रं' म्हणून जखमाळलेले हात तिनं पसरले होते. पण ते तसेच सुने राहिले होते.

जायच्या आदल्या दिवशी सोपानानं तिला शंभर रुपये नि एक कोष्टाऊ लुगडं आणलं.

'जाळ ते तुझ्या मढ्यावर.' असं म्हणून बांधलेलं गठळं काखेला लावलं. जागा स्वच्छ करायची होती. वरुणराजाची वाट निर्मळ करून ठेवायची होती. घोडंखोप तिनं बाहेरून पेटवली नि ती जायला मोकळी झाली.

पाठीमागं न बघताच लचकत, कुचंबत मावळतीच्या माळानं गेली. पाठीमागं खोपीची राख होत होती नि समोर सोपाना उभा होता.

–तिला हे सगळं आठवायचं आणि मन घायाळ होऊन जायचं. वर्ष दीड वर्ष असं फार फार झालं. पण पुढं कमी झालं. त्या सरकारी इमारतीच्या पिछाडीला जगणाऱ्या महारोग्यांत ती रमून गेली. तेच गणगोत झाले. असेच कुणीकुणी कुठनं कुठनं आलेले. त्यांतला कुणीही पूर्वी भिकारी नव्हता. त्यांच्यात ती हसू-बोलू लागली. देवळाजवळच्या रांगेत त्यांच्याबरोबर बसू लागली... तरीही अधनंमधनं मन उदास होई. माणसांच्या गर्दीत तिला अचानक गावाकडच्या एखाद्या चेहऱ्याचा भास होई. पण माणसं तशीच जात. जवळ आल्यावर कळे की ती आपल्या गावची नाहीत.

वाट बघून बघून तिचे डोळे कोरडे होत गेले. त्याच कोरड्या डोळ्यांनी रस्त्याकडं बघत ती चहापाव खात होती.

भीमा सकाळधरनं कोल्हापुरातून हातात एक पिशवी घेऊन हिंडत होता. शोध घेत घेत तो हॉस्पिटलच्या इमारतीच्या पिछाडीस आला. दहा-बारा महारोगी माणसं त्या कंपाउंडच्या उंच भिंतीशी आपला संसार थाटून बसलेली. त्यानं माणसांकडं पाहिलं. किशीकाकूसारखा एकीचाही चेहरा दिसेना. बहुतेकांची नाकं झडून आत गेलेली. आवाज बदललेले. चाल बदललेली. रूप पाऽर बदलून गेलेलं. तो तिथं

उभा राहिलेला बघून एकदोघांनी बसल्याबसल्या त्याच्याकडं थोटे हात पुढे केले.

"किसू पसारीण हितं कुणी हाय का हो? कुसळवाडीची हाय बघा." त्यानं चौकशी केली.

"किसू पसारीण?" कुणीतरी पुन्हा प्रश्न विचारला. तिच्या मनात हललं. तिनं बघितलं. भीमा आला होता. दिराचा पोरगा... पाच वर्षांपूर्वीचा मिशा नसलेला भीमा तिच्यापुढं तरळला. त्याला आता छान काळ्या मिशा आल्या होत्या.

पावाचा घास तिनं गिळला नि हाक मारली, "भीमाऽ."

भीमानं तिच्याकडं बघितलं. ती हसली. त्याचे डोळे किलकिलले. चेहरा ओळखू आला नाही. पण हसू, डोळे ओळखीचे वाटले. हाकेनं त्याची खात्री झाली.

"किशीकाकू." त्याला आनंद झाला.

गावाकडची आठवण होऊन तो भानावर आला.

"रुकीच्या जिवाला बरं न्हाई. तिनं तुला यायला सांगितलंय." त्यानं लांब बसूनच तासभर गावाकडची सगळी हकीकत सांगितली. तिच्या लेकीचा वाढत गेलेला आजार सांगितला. नवऱ्यानं माहेरला आणून कशी घालवली ते सांगितलं. सोपानानं दुसरं लग्न केल्याचंही सांगितलं. मुलगा झाल्याचंही बोलून गेला.

कित्येक वर्षं केलेला संसार उद्‌ध्वस्त झाल्याचं चित्र तिच्यापुढं उभं राहिलं. इकडं आली तरी तिला वाटत होतं, आपला संसार तिकडं आहेच... सोडून दिली म्हणून काय झालं? आपलाच न्हवरा हाय. आपल्याच पोटचा वंस तिथं वाढतोय. लेकीचा येलइस्तार तिच्या सासरला पसरतो. लेकाचं लगीन हुईल नि आपल्याला नातू-पणतू हुतील.

...आजवर उराशी धरलेलं तिचं अखेरचं स्वप्नही कुणीतरी रस्त्यावरल्या मातीगत उधळलं. तिच्या डोळ्यांतनं पाणी वाहू लागलं. हातावर पदर घेऊन ती ते पुसू लागली.

"कशाला येऊ मी भीमा, आता तिकडं? काय हाय माझं?"

"दुसऱ्या कुणाचं हाय ते? पोरं तुझीच हाईत की."

"माझी असती तर ती एकदा तरी आली असती. आई मेली का जिती हाय ते एकदा तरी बघून गेली असती."

"असं का बोलतीस? इष्ण्या अजून अज्ञान हाय. काका त्येला एवढ्या लांब जाऊ देत न्हाई. रुकीचं तुला मी सांगितलंच. तिच्या न्हवऱ्यानं तिला लावून दिली असती तर ती ऱ्हायली नसती. तुला बघायला धावत आली असती... आता ती मरायला टेकलीया. तुला बघावंसं वाटतंय तिला म्हणून मी बलवायला आलोय."

"व्हय बाबा. तवर माझी कुणाला आठवण हुणार?"

"आठवण हुईना तर. सगळं गाव तिकडं तुझी आठवण काढतंय."

“गावाचं न्यारं नि घराचं न्यारं, भीमा, माझा दाल्ला असणाऱ्याला एकदा तरी आठवण हुती का रं माझी? खुशाल त्या घरघुशीला घेऊन बसला असंल तिथं.”

“समद्यांस्नी आठवण हुती काकू. असं का करतीस?”

“हुरदं रसरसाय लागलंय, भीमा. आठवण झाली असती, जिवाला लाज वाटली असती तर त्यो मला आला नसता का न्ह्यायला?”

“आला असता की, पर रुकी तिथं घटका मोजाय लागलीया. तिच्यापाशी नगं का कुणी?”

“काय सांगतोस तू? त्या रांडंनं लावून दिला नसंल रं तिला आणि त्योबी भाड्या तिच्या अंकीत झाला असंल.” तिचा राग हळूहळू वाढत चालला होता.

“तसं कायबी न्हाई, काकू. तू काय तरीच मनात आणू नगं. भलता इचार करू नगं. गठळं घे आणि चल बघू.”

“तिथं येऊन काय करू, भीमा? निदान त्येनं माझ्या लेकाला तरी लावून द्यायचं हुतं रं.” तिनं एकच सूर धरलेला.

“त्येलाच त्यो लावून देणार हुता. पोरगं अजून बारकं हाय. त्येला या शेरगावची माहिती न्हाई आणि तू त्येला गावलीस तरी यायची न्हाईस म्हणून मला लावून दिलंय.”

“माझं मन काय वड घेत न्हाई बघ तिकडं.”

“रुक्कीनं तुझ्यासाठी जीव ठेवलाय बघ, काकू. वाळून वाळून कोळ झालीया. तुझ्या वाटंवर डोळ्यांचं दिवं करून बसलीया. आई आई म्हणती नि तळमळती. तिच्यासाठी तरी निदान चल.”

लेकीची तळमळ मनासमोर दिसू लागली नि ती मुकाट बसली. राग विझत गेला नि लेकीच्या आठवणीनं मन गहिवरून आलं. घटकाभर ती विझलेल्या चुलीकडं बघत गप्प बसली.

“जा की गं किसे. एवढं पोरगं मिणत्या कराय लागलंय. डोळ्यांतनं पाणी काढाय लागलंय तरी तू गप्पच व्हय गं? पोरगी तिकडं मराय लागलीय नि तू हिकडं राग-राग कराय लागलीयास व्हय? धडशी असतीस तर तुला कुणी टाकली असती का? निदान लेकीच्या वडीनं तरी ऊठ नि जा की. किती तटून बसायचं ते बाईच्या जातीनं.” पलीकडची म्हातारी नाकाला आडवा पदर लावून बोलली.

तिनं उसासा टाकला.

“ऊठ बघू आता, काकू. उगंच उशीर नगं. आजच्या आज परत गेलं पाहिजे.”

गुडघ्यांवर हाताच्या खुंट्या टेकून ती उठली. पेकटातलं बळ गेल्यागत झालं. टंबरेल, मोठं डेचकं, बारकी पत्र्याची डबडी तिनं करंड्यात ठेवली. कमरेची पैशाची पिशवी चाचपली. एका करंडीत बांधून ठेवलेलं एक चोळीलुगडं काढलं. मळक्या

फडक्यात ते बांधलं. देवळाम्होरं बसायला जाताना करंड्यावर ठेवायची दगडं तिनं त्यांच्यावर ठेवली. गठळं काखेत मारून उठली.

भीमानं हातातली पिशवी चाचपली नि तिच्यातनं एक धडसं चोळी-लुगडं काढलं.

"हे नेस नि चल."

"नगं बाबा. आतापतोर का मी तेच नेसलं?"

"तसं नव्हं. गावातली माणसं तरी काय म्हणतील?"

"काय म्हणतील? घिरणी किशी आली म्हणतील. त्यांस्नी काय ठावं न्हाई? पाच वर्सं भीक मागून जगती ते का कुणाला म्हाईत न्हाई? मी अशीच आली तर त्या भाड्याला माझी लाज वाटंल, त्येची इभ्रत गावात जाईल, म्हणून सरळ सांग की." तिचा आवाज पुन्हा चढू लागला. खोल खोल अंधारात कैक दिवस पडून राहिलेल्या रागाच्या ठिणग्या तडतडत वर येऊ लागल्या... तिच्या मनातल्या नागाच्या शेपटीवर कुणीतरी कायमचा पाय देऊन ठेवला होता.

"ब ऽ रं, ऱ्हाऊ दे, चल. तुझ्या मनाला वाटंल तसं कर." भीमानं पडती घेतली.

दोन जोडपाच्या जुनेरातच ती त्याच्या मागोमाग चालू लागली. भीमा पुढं नि दोन-तीन पावलांवर ती त्याच्या मागोमाग लचकत, कुचंबत जवळ जवळ पाय टाकत चाललेली.

गावाच्या बाहेर स्टँड, चालता चालता तिथं पोचायला अकरा वाजले. भीमाच्या तोंडाला खर आलेली. काय करावं कळेनां. शेवटी त्यानं मन घट्ट केलं.

"च्या पिऊ या, काकू?"

"कुठं?"

"हितंच पिऊ या समोरच्या हाटेलात."

मान हलविली नि ती तिथंच थांबली. भीमा येडबडला. तिनं सुधरून सांगितलं, "तू पिऊन येजा. मी बसती हितं."

"तू पीत न्हाईस?" तो येडबडून बोलत होता.

"असं कर, तू पी आदूगर. मात्र एका पेल्यातनं घेऊन ये नि ह्या डेचक्यात घाल मला. मी बसती हितं." तिनं प्लॅस्टिकच्या पिशवीतनं डेचकं बाहेर काढलं.

त्याच्या डोक्यात प्रकाश पडला. फारसं काही न बोलता तो हॉटेलात गेला.

स्टँडवर दोन वाजून गेले. तीनचार गाड्या तशाच गेल्या. तिला गाडीत घ्यायला कुणीच तयार होईना. कुसळवाडी तीसपस्तीस किलोमीटरवर. अगोदर तालुक्याला जायचं. तिथनं मग उगवतीला पाचसात किलोमीटरचा माळ, रानं, पाणंद तुडवून वाडीत पोचायचं.

... पावसाचा थेंब तुटला होता. अंगावरच्या चिंध्या आंबटओल्या झालेल्या. त्या थोड्या सुकतील असं वाटत होतं.

चार वाजले. आणखी तीनचार गाड्या तालुक्याच्या दिशेनं गेल्या. त्यांना कुणी घेईचना.

दीस उतरतीला लागला तसा भीमा गडबडला.

"काकू, कसं करायचं आता?"

"कसं करायचं तूच सांग. मला न्हाई कुणी बशीत घेणार. न्हाई तर तुझा तू जा फुडं. मी येईन म्हणं मागनं चालत."

"एवढ्या लांब?" तो एकदम बोलला.

"मग काय करतोस तर? लेकीसाठी एवढंबी करू नगं?"

"सांज हुईत आलीया. शिरगावपतोर आता चालत जाऊ. उद्या सकाळी उठून पुन्ना चालाय लागू. जमलं तर तास रातीपतोर गावात जाऊ; न्हाई तर तालुक्याला ऱ्हाऊ नि पुन्ना सकाळी उठून जाऊ." त्यानं मनाचा निर्धार केला.

तिसऱ्या सकाळी त्यांनी तालुक्याचा गाव सोडला. आदल्या रात्री पाऊस धो धो पडला नि सांगून ठेवल्यागत सकाळी उघडीप पडली. माळ रानाची वाट मागं पडत होती.

दोन दिवसांच्या चालण्यानं गुडघ्यांच्या वर तिचे पाय ठणकत होते. गुडघ्याखाली थोडं कळत होतं नि थोडं कळत नव्हतं. आतापर्यंत मोटारीचा रस्ता होता. पायांना चालताना खाली घट्ट आधार होता. पाय उचलताना तो उपयोगी पडायचा. आता तशी माळरानाची वाट वसरत होती. पण पाय जवळ जवळ पडत होते. त्यांना चंपा रेटायला धरच मिळत नव्हता. बोटं नव्हती. पाय रेटून नीट उचलता येईना. कशीबशी चालू लागली. आपण वेगळ्या चालीनं या माळावर चालतो हे तिला सारखं जाणवू लागलं. महारोग्यांच्या पायांची थोटी चाल.

....माळावरच्या अनेक चाली तिला आठवल्या. कितीदा हा माळ तिनं तालुक्याच्या बाजारासाठी तुडवला होता. शिर्क्यांच्या मळ्यातलं माळवं-मिरच्या ती तालुक्याला आणायची. इतरांपेक्षा जास्त रोजगार मिळवायची. तालुक्याला येईपर्यंत अंगातली चोळी अन् मानेवरचा बुचडा घामानं भिजून किच्च झालेला असायचा. येताना केलेला बाजार, तेल-मीठ, मसाला, चहागूळ, लेकीसाठी घेतलेल्या पाव-लिमज्या, त्या वेळची तिची दणक्याची ओझं घेऊन जाणारी चाल. डोक्यावर ओझं नसलेली मोकळी, बोलण्याच्या नादात पाखरासारखी भिरभिरणारी चाल. कानडी पद्धतीच्या चपल्यांतले तिचे लांबसडक पावलांचे चंपे नि त्यांची जोडवी-मासळ्यांतील लांबसडक बोटं, नितळ अंग नि त्याचा घाटदार डौल—- सगळं वेगळं होतं. जणू आता ते तिचं नव्हतंच इतकं दूरदूर गेलेलं... मी 'ती' खरी का 'ही' मी खरी?... ह्या

माळावर भिकारी, घिरणी होऊन आलेली? माळरान संपून गावची रानं लागली गाव जवळ येऊ लागलं तसं तिचं मन अधिकच जुन्या आठवणींनी रसरसून आलं. तीन दिवस तिची हीच अवस्था. मधूनच ती भीमाला विचारायची. मनात येणाऱ्या शंका-संशयाना फेडून घ्यायची. पाच वर्षांत काय काय घडलं ते पुनःपुन्हा जाणून घेत होती. तीन दिवसांच्या वाटचालीला ते भरपूर पुरलेलं. लेकीचं काय झालं असंल. माझ्यासाठी डोळ्यांत जीव आणून बसली असंल... कशी दिसत असंल? नुसतीच हाडं उरल्यात. रुकाऽ मी याय लागलीय माझे लेकी. बरी हाईस न्हवं? पाच वर्सांत काय झालं हे तुझं? काय केलंस हे अंगाचं? बघतीयायस न्हवं माझी वाट?- तिच्या मनात पाल चुकचुकेय पण ती तिला हुसकावून लावी. क्रिस्न क्रिस्न म्हणे. मधूनच तिच्या मनात एक स्वप्न आकार घेई... रुकाला बरं वाटूपतोर आपूण न्हायाचं. तिच्या हातचं शेवटचं इचरून घ्यायचं. लेकीच्या फुड्यात आई बसलेली नि लेक डुई इचरतेली. बट नि बट निर्मळवाणी पिंजून काढलेली. तिच्या हातचं शेवटचं एक न्हाऊन घ्यायचं. जखमांवर ऊन ऊन केलेलं खोबरेल तेल सोडायला लावायचं. नि परत निघायचं– ती गावाबाहेर असताना रुका आपल्या गावाहून येऊन पंधरा दिवसांतून एकदा हे करी. गोडधोड खायला देऊन जाई. त्या आठवणीनं तिच्या मनाला दाटून भरतं येऊ लागलं. डोळ्यांतलं पाणी पुसत ती चालू लागली.

निम्मी रानं संपली नि वताजवळची पांद लागली. एवढी पांद झाली की गाव. कोरव्याची घरं संपली की कदमाची गल्ली. नि पलीकडंच पसाऱ्याची वस्ती... तिचा जीव वर आला. पाय जवळ जवळ पण लुटूलुटू वेगानं पडू लागले.

समोर पांद. दोन्ही बाजूंनी प्रचंड वाढलेला शेंड. गुडघागुडघाभर झालेला चिखल... आता कसा तुडवायचा ह्यो? कशाचा आधार घ्यायचा? काठीबी न्हाई... असती तरी काय उपयोग तिचा? धरायची कुणी नि कशी?- तिच्या काळजानं धीर सोडला.

भीमानं इजार वर खोवली नि त्या चिखलात पाय घातला.

"काकू, दमानं पाय उचल बरं. निसरडं झालंय." तो दोन एक वावांवर पुढं. तिथनंच सांगतेला.

जिवाचा धडा केला नि तिनं चिखलात पाय घातला. पिंढरीपर्यंत आत गेला. आत गेला नि दुसरा पाय घातला. पहिला ओढायलाच येईना. बोटांचा आधार गेलेला. खाली रेटायला येईना. कोलमडत, कसाबसा एक पाय तिनं उचलला. पुढं दोन वितीवर टाकला. तोल गेल्यागत झाला. ती कोलमडली नि तिसऱ्या-चौथ्या पावलाला चिखलात पडली.

"भीमा, ही पांद न्हाई निभायची बाबा, मला." तिनं धीर सोडल्यागत केला.

"शेंडाच्या कडंकडंन चल. त्येचा आधार घे. कडंनं जरा चिखूल कमी हाय.

तिथनं चालाय येईल.''

ती उठली. धडपडून शेंडाच्या अगदी कडंला गेली. तरी घोट्याच्या वर पाय बुडत होता. वीतवीतभर पाऊल टाकता येऊ लागलं. चालू लागली. कोलमडू लागली. लेक समोर दिसत होती.

मधनंच पांदीतनं थेट नजर जायची. लांबच लांब पसरलेली पांद... कधी संपायची आता ही? अजून माळ्याचा आंबा आला न्हाई. तिथं गेल्यावर मधभाग. तिथनं फुडं एवढंच. जास्तच सखाल. चिखूल गुडघ्याच्याबी वर असणार. दोन दीस पावसानं सुख घेटलंय.

ती पुन्हा कोलमडली. अंगावरचं जुनेरं पार चिखळून गेलं. भीमाला आता लांब राहवेना.

''काकू, मी धरतो तुला.'' तो मनावर उदार झाल्यागत बोलला.

''दे ते गठळं माझ्या जवळ.'' जीव घट्ट करून ते घेतलं. नि तिच्या उजव्या काखेत आपला डावा हात घातला.

माळ्याचा आंबा ओलांडल्यावर त्यानं शेंडाची एक भलीमोठी फांदी मोडून तिचा आधार उजव्या हातात घेतला नि एक पाय काढत, एक घालत ती त्याच्या आधारानं वीतवीतभर सरकू लागली.

दोन तासांनी पांद संपली नि गावाची शीव आली. तिच्या मेलेल्या पायांत अधू अंगातलं सगळं बळ एकवटलं. कोरव्याची घरं आली. तिची चाल आणखी वाढली. घरं मागं पडली. कदमाची गल्ली आली. भीमा दोन-तीन वावांवर पुढं होता. भीमा पुढं असेलला बघून गावानं तिला ओळखलं. ओळखीच्या नजरा तिला दिसू लागल्या. पण त्या परक्यासारख्या, दयार्द्र मनानं वळलेल्या. तिला त्या नजरांना नजर द्यावी असं वाटेना. सरळ बघून ती लेकीच्या ओढीनं चालू लागली.

घर आलं. उंबरा ओलांडताना तिचं काळीज धडधडलं. भीमा येताना बघूनच त्याच्या आईनं बादलीभर पाणी आणि तांब्या दारात आणून ठेवला होता. भीमानं हात-पाय धुतले. तिला धुवायचं भान उरलं नाही. धुताही येणारं नव्हतं. नळ असता तर ठीक झालं असतं. ती तशीच घरात घुसली. तिचा उमाळा गळ्यात धडपडत होता.

''रुका कुठाय माझीऽ?''

कुणीच उत्तर देईना. सगळी गप. तिनं सोपा न्याहाळला. काहीतरी गमावून चितगती बसल्यागत तो दिसतेला. भिंतीजवळची निजायची जागा मोकळी. आंथरुणं कधीच गुंडाळून ठेवलेली. सारी माणसं भरल्या डोळ्यांनी तिच्याकडं बघू लागली.

''माझे रुकाऽऽ, मला सोडून कशी गंऽ गेलीऽऽस?'' तिनं आक्रोश मांडला. आठवणी गजबजून उठू लागल्या. रूप आठवू लागलं. बोलणं, वागणं, चालणं,

आई म्हणून हाक मारणं, तिची माया... सगळं तिच्या कंठातून घनदाट फुटू लागलं. जीव आभाळभर पसरू लागला. बोटं नसलेला हात वर उचलून ती धडाधडा ऊर बडवू लागली. आंघोळीच्या आठवणी काढू लागली. उरलेल्या हाताच्या चंप्यांनी डोकं बडवून घेऊ लागली.

राख सावडली नि तीन दिवसांतच ती जायला उठली. जिथं तिनं म्हशीची धार काढली, शेण भरून काढलं ती जागा तिला जेवायला, निजायला दिली होती. तिथं वाढलं जात होतं. इष्ण्या लांबून लांबून दिसत होता. कडकडून मिठी मारावी असं वाटत होतं. पण तो नव्या आईबरोबर रुळला होता. तिचं दोन-अडीच वर्षांचं पोर घेऊन खऱ्या आईभोवतीनं ओळख नसल्यागत हिंडत होता. तिचं मन होतं तेही झडून गेलं. धडा करून ती उठली.

"भीमा, चल बाबा, मला तेवढी पांदीच्या पलीकडं पोचती कर. मी जाती."

"आलीस तशी ऱ्हा आता पोरीचं दीस हुईपतोर." तिच्या दाल्ल्यानं लांब उभं राहून कसंबसं विनवलं.

"कशाला रं वाद्या?" ती उसळली. "हुतं ते माझं माणूस गेलं. कोण हाय आता हितं माझं?"

"आणि हे समदं कुणाचं?" तो कोडगेपणानं बोलला.

"मुतती हेच्यावर. काडी लावती मी ह्येला. या घरापायी घामाचं पाणी केलं मी! आता हितं या गोठ्यात बसून खाऊ? तुझ्या हातचं? हाय ती जीभ झडंल माझी." ताडदिशी ती उठली नि बाहेर पडली. पांदीच्या दिशेनं चालू लागली. हॉस्पिटलच्या पिछाडीला असलेल्या उंच भिंतीकडेचा तिचा संसार तिला बोलावू लागला. तिथले गणगोत दिसू लागले. प्रचंड पांद ओलांडून जाण्यासाठी पांगळे पाय खुरडू लागले...

◆

भूक

सांज करून आभाळ जास्तच भरून आलं म्हणून ती परत जायला निघाली. पाच-सहा दिवस पावसानं चांगलाच सूर धरला होता. आज सकाळपासनं जरा थेंब अधनंमधनं तुटल्यागत वाटत होता. भाजीपाल्याला आल्यापासनं पावसाचा चिटका तसा होताच. अंगावरचं फाटकं पोतं तसं पुरेसं नव्हतं. तिच्या उंचीमुळे ते कमरेपर्यंतच कसंबसं यायचं. खाली पोटऱ्या नि गुडघ्यांचा वरचा बराच भाग पावसानं भिजून जात होता. जुनेर कमरेखाली वीत दीडवीत येत होतं. पावसाकडे तोंड केल्यावर अधनंमधनं भिजत होतं. अंगाला चिकटून राहिल्यामुळे तिला आपल्या अंगावर काहीतरी आहे याची जाणीव करून देत होतं. कडेवरचं पोर सकाळपासनं कडेवरच दोनदा मुतलं. पावसापासनं त्याला झाकता झाकता ती जिकिरीला येत होती. पोतं पुनःपुन्हा त्याच्या बाजूला सरकवत होती नि आपण उजव्या बाजूनं भिजत होती.

रानं भरलेली. पावसाच्या कृपेनं आभाळाखाली वाढत चाललेली. त्यांत ती दिवसभर हिंडली. हिंडता हिंडता तिच्या पायांच्या खुंट्या मोडायची पाळी आली... कुणाच्या तरी माळव्यात घुसावं, चार भेंड्या-बावच्या, दोडक्या-काकड्यांची मिडी खुडावीत नि लगबगीनं घराकडं यावं, म्हणून ती रानात पाऊस कमी झालेला बघून आली होती. पण काहीच हाताला लागलं नव्हतं. जावं तिथं शेतकऱ्याची चाहूल लागत होती. मग ती चिखल तुडवत बांधाबांधानंच हिंडली. तांदळीची गवतातली भाजी गोळा केली. एका माळाकडच्या रानात माजून राहिलेली कुरूडीची भाजी तिनं नाइलाजानं गठळं भरून खुडून घेतली. कुठं काही मिळेल म्हणून लांबवर खाली खाली गेली. पण नुसता चिखल नि चिखलातलं कुजलेलं काटं तेवढं लागलं. वरनं पाऊस...

दिसभर मरगळलेली भूक सांज झाल्यावर पोटात उठली. बाहेरून सांजचा वारा पावसासकट झाडू लागला. गारठलेल्या अंगात थंडी शिरू लागली. पोरगं काखेच्या झोळीत गारठून गारठून ऊब हुडकत निजलेलं.

बांध संपल्यावर ती माळाला लागली. उन्हाळभर भुंडा असणारा मुरमाडाचा

माळही पावसानं हिरवागार झालेला. नाना तऱ्हेची खुरटी गवतं दाटीवाटीनं उगवलेली. निसर्गाची आगाध करणी माळावर सुद्धा फुलून आलेली. त्या माळावर पावसाचे शिंतोडे तोंडावरच लागत होते.

पोरावर पोतं ओढून ती पावलं उचलू लागली. उंटासारख्या उंच टांगड्या. इथं एक तर तिथं एक. वय जास्त नव्हतं. तरी त्वचेखाली फक्त सांगाडाच होता. बाईमाणूस असूनही पायांच्या पोटऱ्यांपेक्षा गुडघ्यांच्या वरचा भाग बारीक दिसतेला. कासोटा ढुंगणावर सपाट पडलेला. चोळी ढिली झालेली. बाळंतपणाच्या आसपासच तेवढी छाती उभार व्हायची. पोट मात्र भरपूर वाढायचं. चिंध्यांचं गठळं पोटावर बांधल्यागत वेगळं उठून दिसायचं. बाळंत झाली की सपाट लाटलेल्या पोळीगत... जोडी अशीच होती. किसबाही उंच होता. पण पेकाटात वाकला होता. त्यामुळं त्याची उंची त्याच्या अंगात मुरून जायची. अंगावरच्या नाड्यांचा हिरवा चोथा तेवढा उठून दिसायचा. कातडं मुरड घालून वाकळेच्या दोऱ्यानं शिवल्यागत दिसायचं. उराच्या बरगड्या उघड्या झाल्या की त्याची पोरं गमतीनं मोजायची.

असं असलं तरी 'ढंगाळी येसा' म्हणून हिचंच नाव पडलं होतं. हिच्या ढेंगा किसबापेक्षाही लांब पडायच्या. हिच्या चालण्यावरनं निदान तसं वाटायचं. उंची जाणवायची... गावातली माणसं गमतीनं म्हणायची, "गरिबाघरची आढं-मेढ हाय. तेवढाच किसबाला आधार. पावसुळ्यात आढं मोडून घर खाली आलं, असं व्हायला नगं...!"

माळ लागला तशी ती लगालगा चालू लागली. चिखलानं पेंडाळलेले पाय माळाच्या घट्ट खडीला भराभरा उचलायला येऊ लागले. पाय उचलता उचलताच तिच्या पायांचा चिखलही सुटू लागला. खाली पडू लागला. पाय हलके हलके होत चालले. माळ संपला की पुन्हा हिरवी शेतं. मग एक पांद. मग लगेच गाव.

माळावरनं तिला गावातली घरं दिसू लागली... पोरं घरात वाट बघत असतील. न्ह्यारीच्या कण्या-आमटी त्येंच्या पोटांत अजून कुठल्या तग धरायला? कवाच खाली उतरल्या असतील... या पावसुळ्यात पोरांस्नी हगवणी एकसारख्या लागत असत्यात. जळली ही पोटं. जीव नि जीव आटवून टाकत्यात. रोज रोज कुठलं आणायचं नि खाऊन गांडीच्या मढ्यावर घालायचं. एक दिसबी ह्यांस्नी दम न्हाई.

...या पावसानं तर हुबा दावा धरलाय. माणसाच्या मनात असू दे, न्हाईतर नसू दे; ह्यो आपला पडतोयच... फुरं बाबा, आता. साताठ दिस कुठंतरी तोंड घेऊन जा. थोडा रोजगार तरी मिळंल. भांगलणी, खुरपणी, कोळपणी सुरू हुतील नि गोरगरिबांची भूक तरी निवंल.

...म्हेनत्या चार दीस घरातच बसलाय. मीच कुठलं आणायचं समंद नि कार्ट्यांच्या पोटाला घालायचं?

काख अवघडली होती. उजव्या खांद्यावरनं डाव्या काखेत घेतलेल्या पोराच्या झोळीनं मानेच्या उजव्या शिरेला कढ आला होता. पण काही करता येत नव्हतं. अधनंमधनं मान डाव्या हातानं चोळत होती... जळला त्यो देवबी दाराला कुलूप लावंना झालाय. गरिबालाचं पोरं देतोय. जिथं पाहिजे तिथं पिकत न्हाई. एकाएकाची लक्ष्मुमी जळता जळत न्हाई, अशी साठलेली. तिथं पॉर न्हाई. माझ्याच भिकनुशीच्या पोटाला हुत्यात... कुठलं आणून घालायचं ह्यांस्नी?

शेतातल्या पायवाटेनं नि पांदीनं चिखल तुडवत ती घरात आली. गुढघं गळ्यात घेऊन बसलेला किसबा उठलाही नाही. त्यानं नुसतं तिच्याकडे बघितलं. बारक्या पोराची झोप काखेतच संपली होती. तिनं झोळी सोडली नि पोराला खाली सोप्यात सोडून दिलं. ते मोकळी भुई मिळाल्यावर खूष होऊन तुरूतुरू रांगत किसबाकडं गेलं. त्याच्या किडमिड्या गुढघ्याला धरून चिकटलं नि तोल सावरता-सावरता खाली पडलं. किसबानं त्याला जवळ घेतलंही नाही.

डोईवरचं बोचकं उभ्यानंच चुलीपुढं टाकलं नि ती कंटाळून भिंतीला टेकून बसली. ईळभर ताठून गेलेली पाठ जरा सलाम पडली. बसल्या बसल्या पायांच्या पोटऱ्या हातांनी दाबू लागली... हांडांवर कुठं कुठं मांस होतं, त्यांतली ती एक जागा.

...खोपड्यात वळवळलं. तिची नजर तिकडं सरकली. माती खाणारी रुक्की हातरुणांत पडली होती. आई आल्यावर तिनं तिला हाकही मारली नाही... माती खाऊन खाऊन सुजून गेलेला चेहरा. दम लागत होता. भूक तर कधीच लागत नव्हती. पाय असून नसल्यासारखे झाले होते. ती सारखी पडून राहायची, नाहीतर बसून राहायची. बसून बसून पोटभर भिंत उकरायची. आता सांज झाल्यावर बोतरात पडून भिंतीवरच्या उकरलेल्या आकृतीकडं बघत पडली होती.

तिनं तिच्यावरची नजर काढून घेतली नि उंबऱ्यावर बसून पेंगणाऱ्या संत्यावर खिळवली. दोन वर्षांचा संत्या. अजून त्याला पायच फुटलं नव्हतं. एखाद्या ढोराच्या शेपटीसारखे ते लोळागोळा होते. त्यांत जोर नव्हता. दीसभर तो घरातच खेळत बसत होता.

सात पोरांपैकी चारच पोरं जगलेली. काखेतलं, थानचं. थोरलं कुठं गेलं होतं त्याचा पत्ता नव्हता. न्याहारी करून जे बाहेर गेलं होतं ते अजून आलंच नव्हतं. घरात काही खायला नव्हतं, ते त्याला ठाऊक होतं. अशा वक्ताला ते बाहेर पडून जमेल तसं पोट भरत होतं. जमलं तर कुणाकुणाची बारीक-सारीक कामं करून देत होतं. जमलं तर सहज भाकरी मागत होतं. कुणाच्या शेतात, पिकात सहज घुसून काही खाता आलं तर खात होतं. ऊस, वांगी, मक्याची कणसं, शेंगा, मटार जे हाताला लागेल ते सोडत नव्हतं. कुणी त्याला 'कुठं गेलतास रं?' म्हणून एका शब्दानंही

विचारायचं नाही. सांज करून ते घरात आपोआप यायचं. पण अजून त्याचा पत्ता नव्हता.

'इक्या आलं न्हाई?' तिनं विचारलं.

'न्हाई.'

'कुठं गेलाय?'

'गेलं असंल कुठं तरी बोंबलत. मला का सांगून जातंय व्हय?' तिच्याकडं बिनबघताच किसबा बोलला. सकाळी जिथं बसला होता, तिथंच अजून तो बसलेला दिसला.

'काय केलंसा सकाळधरनं?'

'काय करू?' त्यानं त्याच सुरात उलट तिला विचारलं.

'दीसभर कुठं गेला न्हाईसा?'

'कुठं जाऊ? इक्या घटकाभरसुदीक घरात थांबत न्हाई. मग ह्या लुळ्यापांगळ्याला सोडायचं कुठं?' तो आव आणून बोलत होता.

'मरंना झालीती ती घरात. माऽप वर्साला याक हुतंय. दोन तीन गेली गुवाच्या गवऱ्या वळत, तशी हीबी गेली असती. काय बिघडलं नसतं.'

तो क्षणभर गप्प बसला नि मान गुडघ्यावरनं उचलून बघू लागला. थुंकी आत गिळताना मानेचा अंगठ्याएवढा घाटा वरखाली सरकला. 'पोरांच्या जिवावर घर उघडंच ठेवून जाऊ?'

'मला असली निमत्तं नका सांगू. घरात सोनं-रुपं पुरून ठेवल्यागत घुंगंत मान घालून, गांडीला वाळवी लागूस्तवर एका ऐद्यागत बसायला पाहिजे नुसतं! कुठलं आणून घालू तरी मी तुला? ह्या दिसांत पोरांच्या पोटाला घालायचं काय मी एकटीनं...? काढून ठेवताना गॉड वाटतंय नि त्येंच्यासाठी राबतानं कडू वाटतंय व्हय?' ती चिडली. बोलता बोलता एकेरीवर आली.

'गतकाळे! उगंच तोंडाला येईल ते बडबडू नको. काम हाय काय ह्या गावात?' त्याचीही हाडं उभार झाली.

'काम न्हाई तर भीक मागून आण. मला सांगू नकोस. घरात बसून ऱ्हातोस; का तुझं हातपाय लुळं झाल्यात? आणि मला दोनाला चार फुटल्यात?'

'रोजगार असला म्हंजे मी काय घरात बसतोय काय, रांडं? का उगंच वाट्टंल तसं बोलतीस?

'सोडती काय? पोरांच्या पोटात काटं भराय आलं असतं म्हंजे मग गप बसली असती. काय घालू रातच्याला त्यांस्नी?'

'मरू द्यात की तिकडं. काय धन लावणार हाईत ती? कुठं रोजगार मिळत न्हाई तर मी काय करू?'

'त्यांस्नी मारून तुझा जीव जगवू का? आँ? वाव्वा रं नेताळ्या!' हाताचा नागोबा करून ती बोलली.

'आगत असली तर त्यांस्नी जगीव.' त्याचा आवाज किंचित खाली आला.

'ह्येंची आगत मलाच एकटीला? तुला न्हाई वाटतं? का मी एकटीनंच काढल्यात?... दीसभर वनावना भटकून हाडं पंढरीला चालली की माझी. पाक उगळून खाल्लंस की मला बारा वर्सं. किती तंगू मी? जीव आंबून चाललाय. ईळान ईळ भूक आवरून मरती की मी.' तिचा आवाज चढतच चालला होता... 'माझी नसू दे. निदान पोरांची तरी कळकळ येऊ दे की वाघ्या, तुला. सात पोरं झाली; कुठं गेली अक्कल तुझी?' तिच्या तोंडाचा पट्टा राहून राहून अखंड चालू लागला.

किसबाही बोलून आणि शिव्या देऊन कावला. 'बस तुझ्या आयला, तुझी तू बोंबलत.' म्हणून उठला. जर्मनच्या चेपलेल्या चेंबल्यानं पाणी घेऊन घटाघटा प्याला. हातातल्या चेंबल्याकडं बघितल्यावर त्याला काही तरी आठवल्यागत झालं. ते तसंच धोतरात घेऊन तो उठला.

खोपड्यात पडलेल्या पटक्याच्या चिंध्या डोसक्याला गुंडाळून त्यानं खेटरं पायांत सरकवली. दोन्हींचंही अंगठं तुटलं होतं. तरी ती तो ओढत होता. पण सकाळी परसाकडं जाताना एका खेटराचा धुरीचा सगळा कानच तुटून गेला होता, ते त्याच्या लक्षात आलं. खेटरं तशीच टाकून तो बाहेर पडला.

किनीट पडली होती. बाहेर रस्त्यावर पाण्याचं डमक साचलं होतं. चिखल पातळ होऊन सगळीकडं पसरला होता. अनवाणी पाय ओढत तो त्यातनं चालला.

...कुठं जायचं? कुठं जायचं हे त्यालाही ठाऊक नव्हतं. चालत राहिला. सकाळपासनं घरात निजल्यामुळं त्याला बरं वाटत होतं... निजलं म्हंजे भूक लागत नाही. निदान निजंच्या गुंगीत ती ध्येनात येत न्हाई. काम नसलेल्या दिवशी पडून राहायचा त्याचा नेम.

तरीही आज भूक लागली होती. चालताना ते त्याच्या ध्यानात आलं. सकाळी कण्या-आमटीची न्याहारी केली होती. तेवढ्यावरच दिवस गेला होता. रात झाली याचा आनंद त्याला झालेला. आजचा दीस पार पडला याचं मनात सुख.

पण बायकोनं सांजचं येऊन मधेच घाण केली नि सगळा त्याचा दीस बिघडून टाकला... कुठं जायचं आता? कालच सगळा दीस गावभर हिंडून कुठं काम मिळतंय का ते बघितलं. ह्या पावसुळ्यात जे ते आपआपलं घर धरून पाऊस जायची वाट बघत बसलंय. दीस कडसारीचं. ज्येच्या त्येच्या घरातली धान्याची पोती झडत चालल्यात. कैकांच्या घरातली कवाच मोकळी झाल्यात. रेशेन आणायला पैसा बघीन म्हटलं तरी मिळत न्हाई. कोण हातावर हगणार आमच्या ह्या दिसांत. रोजगार न्हाई नि पैसाबी न्हाई. उसनं द्यायला धान्यबी कुणाजवळ न्हाई. असलं तरी कुणी द्यायलाबी तयार न्हाई.

तसल्यात चार पोरं जगलेली. दोघांनी राबून ह्येंची तोंडं कशी बंद करायची? तालेवाराला सुदीक ते करता येणार न्हाई. मी तर रोजगारी माणूस. अंगात ना जीव, ना बळ. तरी मरूस्तर राबतोय. मिळंल तो रोजगार करतोय. पुन्ना ही रांड अशी भांडती. सगळी आगत का हिलाच असंल? मला कायबी काळजी नसंल ह्या पोरांची?...

भाऊ आण्णाच्या दुकानाची एक फळी त्याला उघडी दिसली. कंदिलाच्या उजेडात धान्याची उघडी पोती तोंडं आऽ करून बसली होती. बारक्या पत्री डब्यांच्या एका बाजूच्या काचांतून आतल्या रंगीत गोळ्या, चणे, चिरमुरे त्याला दिसत होते... पण भाऊ आण्णाच्या दुकानाची फळी चढून काहीच उपयोग न्हाई. कालच त्येला फळीवर जाऊन इचारलं हुतं.

भाऊ आण्णानं त्याला उधार द्यायचं कधीच बंद केलेलं... 'उद्या लगीच पैसे देतो' तो बोलायचं म्हणून पैशांचं बोलला होता.

'मग उद्याच ये. एक दिवस काढ कसा तरी.'

'आज बायका-पोरं उपाशी हाईत, आण्णा.'

'त्येला मी काय करू? आजचं पैसं उद्या देऊन, उद्या उपाशी ऱ्हाण्यापेक्षा आजच्यालाच उपाशी ऱ्हावा; म्हंजे रीतसर येव्हार हुईल.' आण्णानं व्यवहार सांगितला होता.

न बोलताच त्यानं फळीवरनं माघार घेतली होती... आज तर बिनपैशाचं गेल्यावर आण्णा हुबाबी ऱ्हाऊ देणार न्हाई. खोटं बोलतोस म्हणून हाकलून देईल.

त्यानं खिशात हात घातला. फडक्याच्या चिंधीची पैएवढी गाठ त्याच्या हाताला लागली. त्यात दोन रुपयांचा एक डॉलर नि पंचवीस पैशांची तीन नाणी होती. ती चाचपत क्षणभर थांबला. त्याचं फारसं काही येणार न्हाई याची खात्री झाल्यावर तसाच चिखल तुडवत गारठलेल्या पायांनी पुढं सरकला.

धनगरांच्या घरातनं मिणमिणत्या चिमण्या दिसत होत्या. बाहेर पावसाचा शिंतोडा सारखा पडत होता. वळचणींनाही कोरडी जागा नव्हती. म्हणून धनगरांची शेरडं-मेंढरं आत गेलेली. त्याची क्षणभर निराशा झाली... संधी साधून त्यानं काळोखात दोन-तीनदा शेंरडांची धार काढून नेली होती. आज एकही शेरडू बाहेर नव्हतं... दूध असलं की मग गूळ कुठला तरी आणून घरातल्या वाळवलेल्या पावडरीचा चहा सगळ्यांसाठी करता येतो. तेवढीच पोरांची पोटं नीज लागूपतोर थंड हुत्यात. नीज लागल्यावर मग रातचं मधीच उठून कोण जेवायला मागतंय? ...आणि मागितलं तरी 'सकाळनं' म्हणाय येतंय...

चेंबलं चाचपून तो तसाच हळूहळू जोगतिणीच्या घरापासनं कदमाच्या फरशीकडं चालला. कदमाच्या रिकाम्या फरशीवर त्याची नजर गेली. गल्लीतली पोरं त्या फरशीवर नव्हती. का नव्हती; काही कळत नव्हतं. कदाचित पावसाचाही परिणाम

असावा. एरवी पोरं बसायची नि डफ तुणतुण्यावर भेदिक गाणं म्हणायची सवय करायची... घरात वैतागून बाहेर पडलेल्या किसबाचा तिथं बराच वेळ गेला असता. भूक विसरल्यागत झालं असतं. बऱ्याच वेळानं पोरं कंटाळल्यावर तो घराकडं जाऊन हातरुणात सकाळची वाट बघत शिरला असता.

घटकाभर त्यानं इकडं-तिकडं बघितलं. सारं सामसूमच दिसलं. मारुतीच्या देवळात जाऊन घटकाभर माणसांबरोबर चकाट्या पिटाव्यात, असं त्याला वाटलं.

मारुतीच्या देवळातही कोण नव्हतं. माणसं कशी पावसानं नि झाडणाऱ्या वाऱ्याच्या थंडीनं घरात हातरुणाच्या नि चुलीच्या उबीला आपआपल्याला घेऊन बसली होती... देऊळ रिकामंच. मारुतीचं मोठंमोठं डोळं त्या रिकाम्या देवळाकडं आश्चर्यचकित होऊन स्थिर झाल्यासारखं वाटलं. किसबाचं डोळंही तसंच झालं.

देवळात कुणी नाहीसं बघून देऊळभर सहज फिरावं, असं त्याला वाटलं... समोर जाऊन मारुतीच्या पाया पडला. अंगारा लावण्यासाठी मान खाली वळवली. मारुतीम्होरं ठेवलेलं तांदूळ गुरवानं गोळा करून नेलेलं दिसलं. इकडंतिकडं मूठभर होतील एवढं तांदूळ विस्कटलं होतं... येचून घ्यावंत. देव्हाम्होरचं असलं म्हणून काय झालं? गुरव आपल्या घरात न्हेऊन खातोयच की. उलट दर शनवारी असाच रात्री आलो तर मुठीला दीड मूठ मिळतील...

खाली बसून तो चटाचटा तांदूळ वेचू लागला. मारुतीच्या दोन्ही बाजूंच्या दिवळीतले गोड्या तेलाचे दिवे भगभगत होते. तेलाचा जळका वास गाभाऱ्यात भरत होता. त्याच्या नाकातही घुसत होता.

तांदूळ वेचून धोतराच्या शेवटात बांधल्यावर त्याची नजर दिव्याकडं वळली. त्यानं हळूच दोन्ही दिव्यांत डोकावून पाहिलं. नुसत्या तेलात भिजलेल्या वाती चुरचुरत जळत होत्या.

...आयला! गुरवबी वाण्याच्या पलीकडं चिक्कू. भडव्याजवळ देवाच्या दिव्यातबी तेल घालायला न्हाई. कशाला गुरव झालाय? सुक्काळीचा, नुसतं देवाला आलेलं आयतं खाऊन जगतोय. ... देवाला काय न्हाईच.

देवळाच्या पायऱ्या उतरून तो खाली आला. सगळं गाव काळोखात गुडूप झालेलं. अंधारातनं तो कसाही चिखल तुडवत गुरव गल्लीकडनं घराकडं वळला.

संभ्या जाधवची चक्की अजून उघडी होती. एकही गिऱ्हाईक नव्हतं. संभ्या पांढऱ्या पिठानं मढवल्यागत दिसत होता. बल्बच्या उजेडात एकटाच काही तरी इकडं-तिकडं करत होता. किसबा अंधारातच चक्कीसमोर जाऊन गुमान उभा राहिला.

संभ्यानं चक्कीचा पट्टा काढला नि गुंडाळून पेटीत ठेवला. हातोडा नि छन्नी उचलली नि उघड्या पेटीत धाडदिशी टाकून दिली. हातात झाडणी घेतली नि गपागपा एका

बाजूनं लोटायला लागला. कचरा, घरोसा, कागद, पडलेलं पीठ, सगळं निपटून काढून एका जागी आणू लागला. पायाखालचा केर घेत घेत पुढं सरकू लागला.

किसबा गपगार रस्त्यावर उभाच.

चक्कीच्या तोंडाजवळ एक पांढरा ढीग झाला नि किसबा लगालगा आत शिरला.

अचानक आलेला नि हातात दळणाचा डबाही नसलेला किसबा बघून संभा चमकला.

'काय रं, किशा?'

'सऽज़ आलोय.'

'रांडंच्या, ह्या वक्ताला बरं सहज आलाईस?'

किसबा कसनुसा हासला.

'चक्की उघडी दिसली म्हणून उगंच आलो झालं.'

संभा खाली बघून ढीग रेटू लागला.

'संभा, ह्या केराचं काय करणार?'

'कोंबड्या पाळल्यात, त्यांस्नी पाण्यात भिजवून गोळ्या करून घालायचं. काय तरी धंदा करायचा झालं.'

'देऊन टाक एवढं मला. शेळीला घालून टाकतो'... किसबानं आपली शेळी पावसाळा सुरू झाला तेव्हाच पोटासाठी विकून टाकली होती.

'रुपयं पाच पडतील.'

'एवढ्याला?'

'लेका, समदं पीठच हाय की हे. आता चिखलमातीच्या घाण पायांनी तुडीवलंय म्हणून कुणी खाईत न्हाई. न्हाईतर माणसांनी खाण्याजोगंच हाय हे.'

'ते खरं; पाच म्हंजे लई हुत्यात. रुपया देतो बघ.' त्याचा हात खिशातच होता.

बोलता बोलता त्यानं तो ढीग दोन रुपयांला ठरवला. संभानं पैसे अगोदर घेतले नि मगच ढिगाला हात लावू दिला. किसबानं पटका दुहेरी तिहेरी अंथरून त्यात भरून बांधला नि काही न बोलताच भरल्या हातानं घराकडं लगालगा चालला. गारठलेल्या पावलांत जोर आला.

चिखलांच्या पावलांचा विचार न करता तसाच घरात घुसला... पोरं गोळा होऊन चुलीच्या भोवतीनं अंगावरच्या चिंध्या सावरत बसली होती. धग घेत होती. चुलीवर काही तरी रटरटत होतं. येसा चुलीच्या उजेडात जात्यावर कण्या भरडत होती. भाज्यांचं पडलेलं देठ तोंडात घालत थानचं पोरगं शेजारीच खेळत बसलं होतं.

किसबानं येसाच्या पुढ्यात गठळं टाकलं.

'घे तुझ्या आयला! दोन दीस पोरांची पोटं फुटूस्तवर घाल. मिळवून आणत

न्हाई म्हणून मला शिव्या देतीस. आगंऽ हिंमत लागती अंगात... लाथ मारीनं तिथं पाणी काढीन.'

गठळं बघून येसाला आश्चर्य वाटलं. तिनं हातातलं जातं तसंच ठेवून सोडलं... पिठासारखा पांढरा ढीग.

'कुठनं आणलंसा हे?'

'आणलं कुठनं तरी. ते समदं चाळून घे नीट. कचराकातुरा काढून टाक नि उनउनीत भाकरी कर. जाऊ द्यात पोरांच्या पोटात.' त्याच्या आवाजात तडफ आली होती. भाजीच्या देठांकडं बघत त्यानं विचारलं, 'भाजी आणली हुतीस?'

'आणली हुती थोडी, शिजवत ठेवलीया.'

'मग आता कण्या नको ठेवू शिजवायला. भाकरी नि भाजी खाऊ द्यात पोरं. कण्या सकाळच्याला ठेव. पुरवून पुरवून खावा; संसार हाय ह्यो.' त्याचा उत्साह वाढला.

तिनं कण्या भरडून उतरंडीला ठेवल्या नि पीठ चाळून घेतलं. भाजी उतरून रक्शावर ठेवली नि भाकरीला बसली... चिंबलेल्या परातीत पिठाचा ढीग दिसत होता. त्याच्याकडं पोरं मोठं मोठं डोळं करून बघत बसली.

उनउनीत भाजीभाकरी नि पोटभर पाणी त्यांच्या पोटांत गेलं. तदम झाली. पसरलेल्या घोंगड्यांच्या पटकुरावर आडवी झाली. दीसभर फिरून, थकून गेलेली. सगळ्यांच्यासाठी अंगावर एकच वाकळ. तिच्यासाठी भांडत नि एकमेकांच्या अंगावर हात-पाय टाकत तशीच निजून गेली... दीस पाठीमागं पडला. एक दिसानं पोरं जगात मोठी झाली.

सगळं आवरून पोरांच्या कडेला न भिजलेल्या बाजूनं पोतं अंथरून तीही थानच्या पोराला जवळ घेऊन पडली. किसबाही आपल्या पटकारावर पडला. भगभगणारा दिवा विझला.

चार भिंतीतला अंधार गावाच्या अंधारात नाहीसा होऊन गेला. चूल, चुलीमागच्या भदं झालेल्या गाडग्यांच्या तीन उतरंड्या, जर्मनचं काळं, बारीक डाग पडलेलं चार-पाच मोठं वाडगं, पाच-सात पराळ, एक डेचकं, भुगोणं, बोळा घातलेली पाण्याची घागर, प्लॅस्टिकचे तांबे, सगळा उपाशी संसार अंधारात भकास होऊन विरघळून गेला.

तिचं अंग नि अंग ठणकत होतं. दीसभर भिजून काळा झाल्यामुळं गारठा हाडांपर्यंत गेला होता. हातरुणात पडल्यावर तिला जरा सलाम वाटलं. हाडं इस्वाटा घेऊ लागली.

किसबा बोतरात उताणा पडला होता. अंधार होता तरी त्याचे डोळे उघडेच. अंगावर काहीच नव्हतं. एरवी पटका दोनपदरी करून अंथरत होता नि घोंगडं पांघरून घेत होता. पण आज पिठानं पटका मळलेला. पांघरायचं घोंगडं अंथरलेलं.

अंगावरच्या कुडत्यावरच रात काढावी असा त्याचा विचार. पण गारठ्यानं त्याला नीज येईना. डोळा लागेना.

अंधारातच उठून त्यानं घोंगडं घेतलं नि तिच्या बाजूला सरकत गेला.

'ऐकू आलं काय गं?'

'अं?' तिच्या झापडलेल्या डोळ्यांना जाग आली.

'जरा तिकडंच सरक पोरांकडं. मला थोडं पोतं दे. हातरायला कायीच न्हाई आज.'

ती पेंगतच पुढं सरकली. घोंगडं पांघरून किसबा पडला.

...भुईचा गारठा खालनं येतच होता. तो आणखी पुढं सरकला. तिच्या अंगाला बिलगून पडला. तिच्या थंडगार हाडांतनं घटकाभरानं ऊब येऊ लागली... अंग ऊन ऊन होत गेलं.

...शरीर वितळत जाऊ लागलं नि त्याचा सुकलेला हात थरथरत तिच्या अंगावर सरकला... हळूहळू भुकेजलेल्या सर्पागत फिरू लागला. न संपणारी एक भूक पोटाच्याही खाली खाली जागी होऊ लागली. डोळे सताड उघडेच. त्या वळवळणाऱ्या हातानं तिच्याही अंगातली सर्पीण जागी झाली. अंग हळूच हललं. पिणाऱ्या पोराला हळूच थानापासनं तोडलं. ते तसंच मुचमुचत झोपलं.

गरम होत गेलेल्या अंगानं ती वळली नि वितळत गेली. थकलेली काटकुळी, भुकेसाठी दिवसभर भटकलेली अंगं उग्र झाली. वळवळत पुढे सरकली. काळ्याभोर भुकेच्या आधीन होऊन घट्ट बिलगली.

...गावभर अंधार दाटू लागला. वर काळं आभाळ सगळ्या गावाला गुडपून बसलेलं. पाऊस पडतच होता. रानातली पिकं त्या अंधारातही निसर्गाच्या कृपेनं आणि भुकेनं वाढत होती.

◆

www.ingramcontent.com/pod-product-compliance
Lightning Source LLC
LaVergne TN
LVHW020002230825
819400LV00033B/952